U0010448

用心智圖學
越南語

| 修訂版 |

阮怡綀、阮氏碧玉————著

晨星出版

【附錄】

作者序

給親愛的學習者

近年來，隨著台越兩國關係的全面發展趨勢，因應台灣人的各種生活所需，越南語逐漸成為熱門的國際語言。越南被認為是東南亞的一個廣大新興市場，也是東盟國家投資最多的地方，人們無論是到越南貿易或旅遊、甚至定居，都需要對越南語以及越南文化具有一定程度的瞭解，這也是本書所希望達成的目標。

越南文的文字構造、發音系統以及句型文法，都被羅馬文字系統所影響，因此對台灣學習者來說，學習過程中難免會遇到一些困難。這讓我們興起了撰寫這本書的動機，希望能夠從台灣人學語言的角度來量身訂做、編排內容，讓初學者更容易理解越南語的文法及思維。

學習外語並不容易，以我們在台灣學校學習中文的經驗為例，每天至少要花一到三個小時自己練習聽、說、讀、寫，並且需要反覆地練習才能夠進步。而對台灣大部分的上班族來說，工作非常繁忙，並沒有多餘的時間可以反覆練習，因此我們規劃了這本可以用來輕鬆自學的越南語教材。

本書提供學習者一個很棒的學習模式，就是使用生動、靈活的心智圖進行學習，讓你能夠快速、有趣、輕鬆地自學越南語。一個好的學習者，會嘗試了解自己的學習風格、模式，不斷檢視學習效能，以尋求個人最佳的學習型態與方法。

學習每一種新的語言都是很大的挑戰，不只在文法理解與應用上有難度，還需要很多時間來背單字作為基礎語彙。為了讓學習者有耳目一新的學習感受，並且聰明使用有助於發展大腦潛能的學習方法，因此這本書以心智圖作為教材設計主軸，從每個單元主題延伸出我們腦中自然會聯想到的相關場景與單字。透過可愛活潑的心智圖來統整呈現學習內容，能讓讀者以更輕鬆的方式與心情，自然而然地學會各種延伸單字與實用句型。

本書內容共包含12大主題，依照生活情境進行分類，從見面打招呼、自我介紹、搭飛機，一直到吃喝玩樂等最貼近越南人日常生活場景的必備用語，涵蓋豐富的越南語單字。希望可以讓大家在平日生活中、去越南旅行或工作時，都可以廣泛應用。

學習語言不只是要學習單字、會話、例句，同時也要了解語言背後的文化、來源與風俗習慣。本書利用心智圖的中心關鍵詞延伸出其他相關內容，再透過單字聯想到生活周遭常用的句子及會話。只要看到就可以聯想得到，讓您不用費力辛苦地背單字，就能達到快速並大量吸收的學習成效。

本書之所以能夠順利完成，首先感謝榮欽科技（股）公司與晨星出版社給予合作機會，讓我們能夠發揮自己的創造力與精神，並提供寶貴的意見。製作本書一年多的時間裡，我們獲得了許多的知識與成長。

另外，在本書製作過程中，感謝國立高雄大學陳氏蘭教授（GS. TRẦN THỊ LAN）的費心指導。陳教授導引我們分析越南語結構、修正方法及語句，耐心地解釋修改原因與目的，並適時協助我們渡過製作的瓶頸，令我們銘感五內。在此特別感謝老師與合作者的教誨與包容。

本書特色

▶ 從最基本的文字、發音系統開始解說，為學習者打下堅實基礎。
▶ 以心智圖編排幫助聯想記憶，提供輕鬆又有效率的學習方法。
▶ 包含12大生活情境學習主題，涵蓋每天都會用到的日常用語。
▶ 精選最貼近生活場景的必備單字，易學好記、生動有趣。
▶ 課程設計循序漸進，學習者能快速學會使用單字造句、靈活運用。
▶ 作者親自錄製MP3，跟著最標準的發音、學習最道地的越南語。

本書架構

▶ 每單元以心智圖展開相關單字，預習、複習一覽無遺。
▶ 從心智圖上的詞彙延伸常用短句，立刻學習使用單字正確造句。
▶ 生動又實用的會話場景，現學現用、立即開口！
▶ 每單元末皆附練習題，自我驗收學習成效。
▶ 介紹越南風俗習慣與生活小叮嚀，學語言同時理解文化背景。

音檔使用說明

1

手機收聽

1. 「練習」的聽力題型和偶數頁（例如 **034** 頁）的頁碼旁邊都附有 MP3
   QR Code

2. 用 APP 掃描就可立即收聽該練習題或該跨頁（034 頁和 035 頁）的作
   者親錄標準音檔，掃描 036 頁的 QR 則可收聽 036 頁和 037 頁……

034

035

2

電腦收聽、下載

1. 「練習」的聽力題型 **QR** 上方都附有音檔編號，例如：01-011、01-041……

2. 手動輸入網址＋聽力練習音檔編號或偶數頁頁碼即可收聽，按右鍵則可另存
   新檔下載

   http://epaper.morningstar.com.tw/mp3/0170016/audio/01-011.mp3
   http://epaper.morningstar.com.tw/mp3/0170016/audio/034.mp3

3. 如想收聽、下載不同音檔，請修改網址後面的編號或頁碼即可，如：

   http://epaper.morningstar.com.tw/mp3/0170016/audio/01-041.mp3
   http://epaper.morningstar.com.tw/mp3/0170016/audio/036.mp3

   依此類推……

4. 建議使用瀏覽器：Google Chrome、Firefox

3

全書音檔大補帖下載（請使用電腦操作）

1. 尋找密碼：請翻到本書第 95 頁，找出第二個詞彙的中文。

2. 進入網站：https://reurl.cc/L0pQQX（輸入時請注意英文大小寫）

3. 填寫表單：依照指示填寫基本資料與下載密碼。E-mail 請務必正確填寫，
   萬一連結失效才能寄發資料給您！

4. 一鍵下載：送出表單後點選連結網址，即可下載「音檔大補帖」壓縮檔。

一、Bảng chữ cái 字母表

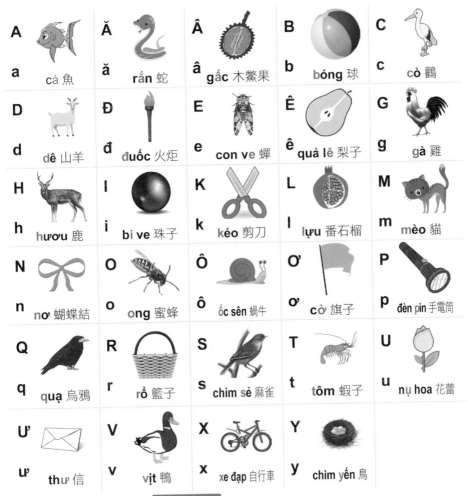

A / a	Ă / ă	Â / â	B / b	C / c
cá 魚	rắn 蛇	gấc 木鱉果	bóng 球	cò 鸛
D / d	Đ / đ	E / e	Ê / ê	G / g
dê 山羊	đuốc 火炬	con ve 蟬	quả lê 梨子	gà 雞
H / h	I / i	K / k	L / l	M / m
hươu 鹿	bi ve 珠子	kéo 剪刀	lựu 番石榴	mèo 貓
N / n	O / o	Ô / ô	Ơ / ơ	P / p
nơ 蝴蝶結	ong 蜜蜂	ốc sên 蝸牛	cờ 旗子	đèn pin 手電筒
Q / q	R / r	S / s	T / t	U / u
quạ 烏鴉	rổ 籃子	chim sẻ 麻雀	tôm 蝦子	nụ hoa 花蕾
Ư / ư	V / v	X / x	Y / y	
thư 信	vịt 鴨	xe đạp 自行車	chim yến 鳥	

小叮嚀！

木鱉果（quả gấc）學名Momordica cochinchinensis，是與苦瓜同屬的草本植物，因為種子形狀扁平類似鱉（甲魚）的模樣，顏色看起來又像木頭，所以稱為木鱉果。可食用、也可入藥，原產於越南以及周邊國家。

MP3

越南文字由26個拉丁字母演變而來，總共有29個字母，簡單分為12個母音以及17個子音。越南語發音跟其他國家的情況一樣，越南各地會有不同的腔調。

二、Cấu trúc âm tiết　音節結構

越南語音節分為五個部分包括：（1）聲母 Âm đầu、（2）介音 Âm đệm、（3）韻腹 Nguyên âm chính、（4）韻尾 Âm cuối、（5）聲調 Thanh điệu，其中介音、韻腹、韻尾組合成韻母（vần）。

（5）Thanh điệu 聲調			
（1）Âm đầu 聲母（音頭）	Vần 韻母		
	（2）Âm đệm 介音	（3）Nguyên âm chính 韻腹（母音）	（4）Âm cuối 韻尾

● **Ví dụ 例如：**

	Âm đầu 聲母（音頭）	Âm đệm 介音	Nguyên âm 韻腹（母音）	Âm cuối 韻尾
Việt Nam 越南	v		iê	t
	n		a	m
Đài Loan 台灣	đ		a	i
	l	o	a	n
quân đội 軍人	q	u	â	n
	đ		ô	i

1 Âm đầu 聲母

（1）特點是本身不發出很大的聲音，要有一個母音陪同才能發出明顯的聲音。

（2）越南語之聲母包含：b、c、ch、d、đ、g、gh、gi、h、k、kh、l、m、n、nh、ng、ngh、ph、q（u）、r、s、t、th、tr、v、x.

（資料來源：TS TRẦN VĂN SÁNG – Ngữ âm Tiếng Việt – Đại học Đà Nẵng-
khoa ngữ văn）

2 Âm đệm 介音

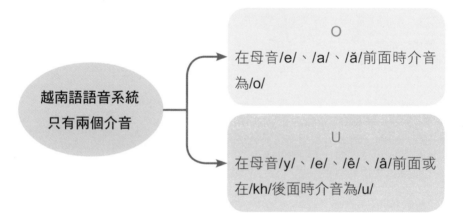

● 例如：

khỏe 健康	tuy 雖然
hoa 花	quên 忘記
xoăn 捲	tuần 週

（資料來源：陳氏蘭／105年度教育部新住民語文教學培訓教材）

3 **Nguyên âm chính** 韻腹

　　由母音來擔任，含13個單母音（Nguyên âm đơn）與3個雙母音（Nguyên âm đôi）。其中單母音有9個長母音（Nguyên âm dài），4個短母音（Nguyên âm ngắn）。

　● 例如：

ăn cơm 吃飯

xem phim 看電影

　━━━━━━━▶ **由單母音當核心**

uống bia 喝啤酒

buổi trưa 中午

　━━━━━━━▶ **由雙母音當核心**

（資料來源：陳氏蘭／105年度教育部新住民語文教學培訓教材）

4 **Âm cuối** 韻尾

● **韻尾包含以下8個韻尾，分成4組如下：**

（1）嘴唇：/m/和/p/，例如：làm đẹp（美容）、rập rạp（茂密）……

（2）舌尖：/n/和/t/，例如：ban hát（合唱團）、sền sệt（黏黏的）……

（3）舌面：/ch/和/nh/，例如：rách（破爛）、rình（埋伏）……

（4）舌根：/ng/和/c/，例如：vang（旺）、dốc（坡）、vằng vặc（明亮）……

（資料來源：TS TRẦN VĂN SÁNG – Ngữ âm Tiếng Việt – Đại học Đà Nẵng-khoa ngữ văn）

● Bảng miêu tả thanh điệu tiếng Việt 越南語的聲調

秩序	第一聲	第二聲	第三聲	第四聲	第五聲	第六聲
調類 Tên thanh điệu	ngang 橫聲	huyền 玄聲	sắc 鋭聲	hỏi 問聲	ngã 跌聲	nặng 重聲
越南字符號 Cách viết	無	`	´	?	~	.
例如 Ví dụ	a	à	á	ả	ã	ạ

（資料來源：Đoàn Thiện Thuật，2009）

●聲調發音練習：

ba	bà	bá	bả	bã	bạ
be	bè	bé	bẻ	bẽ	bẹ
ve	vè	vé	vẻ	vẽ	vẹ
mơ	mờ	mớ	mở	mỡ	mợ

Giới thiệu nguyên âm và phụ âm

母音與子音

一、Nguyên âm　母音

1　Nguyên âm đơn　單母音

● 越南語之單母音包括：

A a、Ă ă、Â â

E e、Ê ê、I i（Y y）

O o、Ô ô、Ơ ơ、U u、Ư ư

● 單母音發音表示如下表：

舌位＼嘴型	前	中	後
高	/i(y)/	/ɯ/、/ɯ/	/u/、/u/
尚高	/ê/、/e/		/ô/、/o/
尚低	/e/、/ɛ/	/â/、/ə/、/ơ/、/ə:/	/o/、/ɔ/
低		/ă/、/ɑ/、/a/、/ɑ:/	

● 單母音之長音與短音：

Đặc điểm 特點	Phiên âm quốc tế 國際音標	Chữ viết 文字符號	Ví dụ 例如
Nguyên âm dài 長母音	/i/	i	thi 考試
		y	ý kiến 意見
	/e/	ê	ghế 椅子
	/ɛ/	e	xe 車
	/o/	ô	cô 姑姑
	/u/	u	mũ 帽子
	/ɔ/	o	lo 擔心
	/ɯ/	ư	từ 詞
	/ɤ/	ơ	thơ 詩
	/a/	a	xa 遠
Nguyên âm ngắn 短母音	/ɤ̆/	â	mấy 幾
	/ɔ̆/	o	mong 希望
	/ɛ̆/	a	anh 哥哥
	/ă/	ă	ăn 吃
		a	tay 手

（資料來源：陳氏蘭／105年度教育部新住民語文教學培訓教材）

2 Nguyên âm đôi 雙母音

● 共有8個雙母音，發音為3個組別，統整如下表：

Đặc điểm 特點	Phiên âm quốc tế 國際音標	Chữ viết 文字符號	Ví dụ 例如
Nguyên âm đôi 雙母音	/ie/	iê	tiền 錢
		yê	yêu 愛
		ia	kia 那
		ya	khuya 夜晚
	/uo/	uô	luôn 經常
		ua	mua 買
	/ɯɤ/	ươ	nước 水
		ưa	mưa 下雨

二、Phụ âm 子音

越南語語音系統有25個子音（phụ âm）擔任音節中的聲母，或稱為音頭（âm đầu），分別有17個單子音與8個雙子音能當聲母，但是只有8個子音（5個單子音、3個雙子音）還可以放在母音的後面當「子音韻尾」。

1 Phụ âm đơn 單子音

共有17個單子音，這17個單子音都能當聲母，其中有5個還能扮演韻尾的角色。詳見下頁表格：

順序	Phiên âm quốc tế 國際音標	Chữ viết 文字符號	Ví dụ 例如 擔任聲母	擔任韻尾
1	/b/	b	bố 爸爸	
2	/k/	c	cá 魚	các 各
3	/z/	d	da 皮	
4	/d/	đ	đi 走	
5	/ɣ/	g	gà 雞	
		gh	ghế 椅子	
6	/k/	k	kí 簽	
7	/h/	h	hoa 花	
8	/l/	l	làm 做	
9	/m/	m	mơ 夢	cơm 飯
10	/n/	n	nói 說	con 孩子、個
11	/p/	p	pin 電池	kịp 來得及
12	/k/	q	quả 果	
13	/ʐ/	r	ra 出	
14	/s/	s	sẽ 將、會	
15	/t/	t	tay 手	mất 不見、遺失
16	/v/	v	vẽ 畫	
17	/s/	x	xinh 漂亮	

（資料來源：陳氏蘭／105年度教育部新住民語文教學培訓教材）

小叮嚀！

1・單子音/q/一定要跟/u/結合，寫為/qu/。

2・單子音/c/、/k/、/qu/與注音「ㄍ」發音相同。

3・/c/不能直接與母音/i/、/ê/、/e/結合，/k/可直接與母音/i/、/ê/、/e/結合。

② **Phụ âm đôi** 雙子音

共有8個雙子音都能當聲母或音頭，其中僅有3個雙子音還能擔任韻尾。表示如下：

順序	Phiên âm quốc tế 國際音標	Chữ viết 文字符號	Ví dụ 例如	
			擔任聲母	擔任韻尾
1	/c/	ch	chị 姊姊	khách 客人
2	/z/	gi	gió 風	
3	/x/	kh	khó 難	
4	/ŋ/	ng	ngủ 睡	ông 爺爺、先生
		ngh	nghe 聽	
5	/ɲ/	nh	nhà 家	anh 哥哥
6	/f/	ph	phòng 房間	
7	/ł/	th	thiếu 少	
8	/tʂ/	tr	trẻ 年輕	

（資料來源：陳氏蘭／105年度教育部新住民語文教學培訓教材）

小叮嚀！

/ng/不能直接與母音/i/、/ê/、/e/結合。

三、Luyện tập phát âm 發音練習

● **đi chợ** 去市場

Mẹ đi chợ mua bánh cho bé. 媽媽去市場給小妹妹買餅乾。

● **tủ gỗ** 木櫃

Nhà bà có tủ gỗ. 奶奶家有木櫃。

● **y tá** 護士

Cô y tá xinh đẹp. 漂亮的護士小姐。

● **bạn bè** 朋友

Chúng tôi là bạn bè của nhau. 我們是朋友。

● **mưa** 下雨

Mưa cả ngày hôm nay rồi. 今天整天都在下雨。

● **thông minh** 聰明

Bạn Hà thông minh nhất lớp. 在班上阿河最聰明。

● **máy vi tính** 電腦

Mẹ vừa mua máy vi tính cho anh trai. 媽媽剛買電腦給哥哥。

● **bệnh viện** 醫院

Cô ấy làm trong bệnh viện này nhiều năm. 她在這家醫院上班多年。

● **hoàng hôn** 黃昏

Ngắm hoàng hôn trên bờ biển thật tuyệt! 在沙灘上看黃昏真是太棒了！

● **quý hiếm** 稀有

Động vật quý hiếm cần phải được bảo tồn. 稀有動物必須要保護。

Kết cấu của vần
韻母結構

一、 **Sự kết hợp giữa nguyên âm đơn và âm cuối**
由單母音與韻尾結合成

1 Bảng kết hợp giữa nguyên âm đơn và âm cuối 單母音與韻尾結合表

韻尾 單母音	c	m	n	p	t	ch	ng	nh
a	ac	am	an	ap	at	ach	ang	anh
ă	ăc	ăm	ăn	ăp	ăt		ăng	
â	âc	âm	ân	âp	ât		âng	
e	ec	em	en	ep	et		eng	
ê	êc	êm	ên	êp	êt	êch		ênh
i	ic	im	in	ip	it	ich	ing	inh
y								
o	oc	om	on	op	ot		ong	
ô	ôc	ôm	ôn	ôp	ôt		ông	
ơ		ơm	ơn	ơp	ơt			
u	uc	um	un	up	ut		ung	
ư	ưc				ưt		ưng	

2 Luyện tập phát âm 發音練習

đêm 深夜	làm 做	hòm 箱子
bệnh 病	bán 賣	xong 完成
im 安靜、閉嘴	chào 你好	nhưng 雖然、但是
kịp 來得及	ai 誰	nói 說
xinh 漂亮	ăn 吃	khôn 聰明
thích 喜歡	đắt 貴	ngọt 甜、好吃
em 弟弟、妹妹	tháng 月	độc 毒、獨

二、Sự kết hợp giữa nguyên âm đôi và âm cuối
由雙母音與韻尾結合成

1 Bảng kết hợp giữa nguyên âm đôi và âm cuối 雙母音與韻尾結合表

韻尾 雙母音	c	m	n	p	t	ch	ng	nh
iê	iêc	iêm	iên	iêp	iêt		iêng	
yê		yêm	yên					
ia	無韻尾 không có âm cuối							
ya	無韻尾 không có âm cuối							
uô	uôc	uôm	uôn	uôp	uôt		uông	
ua	無韻尾 không có âm cuối							
ươ	ươc	ươm	ươn	ươp	ươt		ương	
ưa	無韻尾 không có âm cuối							

MP3

② Luyện tập phát âm 發音練習

⇓ bia 啤酒	⇓ bướm 蝴蝶	⇓ buồm 帆
⇓ kiếm 劍	⇓ cướp 搶劫	⇓ yên lòng 令人欣慰
⇓ tiền 錢	⇓ người 人	⇓ nghiêng 歪
⇓ việc 工作、事情	⇓ lương 薪資	⇓ nuốt 吞
⇓ yêu 愛	⇓ luộc 水煮	⇓ nước 水
⇓ con kiến 螞蟻	⇓ lướt sóng 衝浪	⇓ con lươn 鰻魚
⇓ bao nhiêu 多少	⇓ luôn luôn 總是	⇓ xuống dưới 往下

三、 Sự kết hợp giữa âm đệm, âm chính với âm cuối
由介音、韻腹與韻尾結合成

① Bảng kết hợp giữa âm đệm, âm chính với âm cuối 介音＋韻腹與韻尾結合表

介音	韻腹	c	m	n	p	t	ch	ng	nh	i/y	o/u
										韻尾	
o	a	oac	oam	oan	oap	oat	oach	oang	oanh	oai/oay	oao
	ă	oăc	oăm	oăn	oăp	oăt		oăng			
	e			oen		oet					oeo
u	ê			uên		uêt	uêch		uênh		
	â			uân		uât		uâng		uây	
	i/y			uyn	uyp	uyt	uych		uynh		
	iê/yê			uyên		uyêt					

2 Luyện tập phát âm 發音練習

↓ ngoạm 咬	↓ hoặc 或	↓ xe buýt 公車
↓ ngoáp 打哈欠	↓ quen 認識	↓ kể chuyện 説故事
↓ Đài Loan 台灣	↓ quên 忘記	↓ phụ huynh 家長
↓ kinh doanh 經營	↓ ngoằn nghoèo 彎曲	↓ nguyệt thực 月蝕
↓ kế hoạch 計劃	↓ bất khuất 不屈服	↓ khuây khỏa 放鬆
↓ oai phong 威風	↓ bâng khuâng 徬徨	↓ quyền lợi 權利
↓ tóc xoăn 捲髮	↓ quét dọn 打掃	↓ đêm khuya 深夜
↓ nói khoác 吹牛	↓ huân chương 勛章	↓ hoen ố 汙點
↓ hoàng tử 王子	↓ khuếch đại 擴大	↓ quỵt tiền 賴帳

MP3

第一章

Chào hỏi và giới thiệu bản thân
打招呼＆自我介紹

越南是一個非常重視輩分的國家，而且越南人也習慣把對方當自己家人看待。不管在社交方面，還是在家族關係，要如何稱呼對方、如何跟對方打招呼才不會造成人際關係上的笑話呢？那麼在這章節，我們一起來深入瞭解越南人打招呼以及稱呼之文化吧！

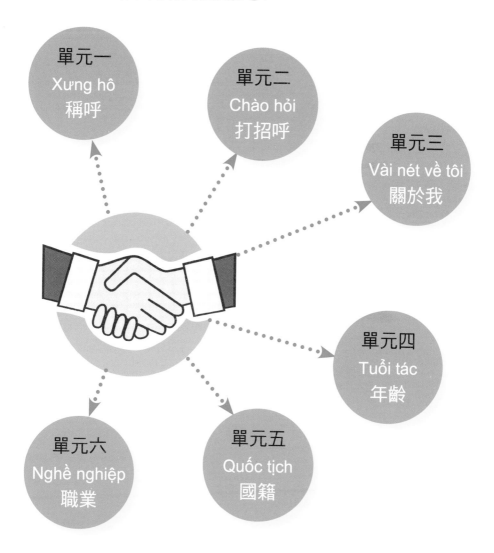

單元一
Xưng hô
稱呼

單元二
Chào hỏi
打招呼

單元三
Vài nét về tôi
關於我

單元四
Tuổi tác
年齡

單元五
Quốc tịch
國籍

單元六
Nghề nghiệp
職業

Xưng hô
稱呼

Sơ đồ tư duy │ 心智圖

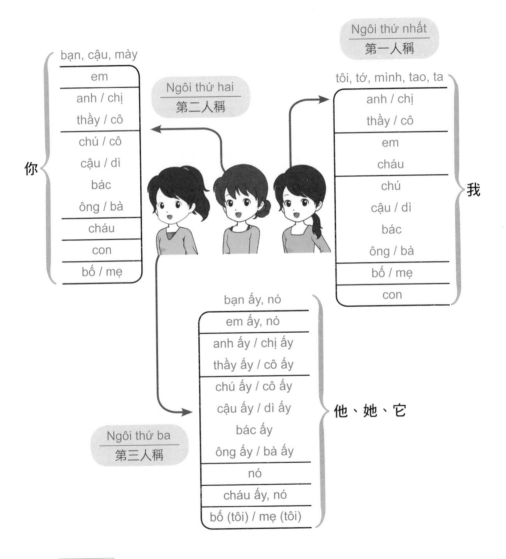

Ngôi thứ nhất
第一人稱

Ngôi thứ hai
第二人稱

Ngôi thứ ba
第三人稱

你

bạn, cậu, mày
em
anh / chị
thầy / cô
chú / cô
cậu / dì
bác
ông / bà
cháu
con
bố / mẹ

我

tôi, tớ, mình, tao, ta
anh / chị
thầy / cô
em
cháu
chú
cậu / dì
bác
ông / bà
bố / mẹ
con

他、她、它

bạn ấy, nó
em ấy, nó
anh ấy / chị ấy
thầy ấy / cô ấy
chú ấy / cô ấy
cậu ấy / dì ấy
bác ấy
ông ấy / bà ấy
nó
cháu ấy, nó
bố (tôi) / mẹ (tôi)

MP3

Từ vựng │ 詞彙

tôi, tớ, mình, tao, ta	我（朋友、好友、平輩之間的稱呼，但是首次見面時只能用「tôi」）。	chú	叔叔
		cậu	舅舅
		dì	阿姨
anh	哥哥、先生、前輩、學長……	ông	爺爺、先生、阿公
		bà	奶奶、女士、阿婆
chị	姊姊、小姐	bố	爸爸
thầy	男老師	mẹ	媽媽
cô	姑姑、小姐、女老師	con	孩子、兒子、女兒
em	弟弟、妹妹、學生	nó	他、她、它
cháu	孫子（女）、侄子、侄女	bạn, cậu, mày	你、妳（朋友、好友之間的稱呼）

Ngữ pháp │ 文法

Số nhiều của đại từ nhân xưng 代名詞之複數

1 Ngôi thứ nhất 第一人稱

● 使用在一般交際場合

我們：chúng ＋ tôi, tớ, mình, tao, ta, cháu, con, em, anh

我們：các ＋ chú, cậu, cô, dì, bác, ông

● 朋友之間非常熟悉或認識很久的情況，或是長輩對晚輩的稱呼

我們：bọn ＋ tao, tớ, tôi, ta

2 **Ngôi thứ hai** 第二人稱

- 使用在一般交際場合

  你們／妳們：các ＋ bạn, cô, dì, chú, ...

- 朋友之間非常熟悉或認識很久的情況，或是長輩對晚輩的稱呼

  你們／妳們：bọn ＋ mày

3 **Ngôi thứ ba** 第三人稱

- 使用在一般交際場合

  他們／她們：các ＋ bạn ấy, ông ấy, anh ấy ...

  他們／她們：họ

- 朋友之間非常熟悉或認識很久的情況，或是長輩對晚輩的稱呼

  他們／她們：chúng nó

Câu ngắn thường dùng │ 常用短句

Ngôi thứ nhất 第一人稱	Ngôi thứ hai 第二人稱	Ngôi thứ ba 第三人稱
Tôi (tớ) là Mai. 我是阿梅。	Bạn có phải Mai không? 妳是不是阿梅？	Bạn ấy là Mai. 她是阿梅。
Giúp anh (chị) nhé! 幫我喔！	Anh (Chị) giúp em nhé! 你（哥哥／姊姊）幫我喔！	Anh ấy (Chị ấy) đang giúp tôi. 他（她）正在幫我。
Thầy (Cô) là người Đài Loan. 我（老師）是台灣人。	Thầy (Cô) có phải người Đài Loan không? 老師是不是台灣人？	Thầy ấy (Cô ấy) là người Đài Loan. 那位老師是台灣人。
Em mới vào công ty này. 我剛進這家公司。	Em mới vào công ty này phải không? 你是不是剛進這家公司？	Em ấy mới vào công ty này. 她（他）剛進這家公司。
Cháu là phiên dịch của chú ạ! 我是你的翻譯。	Cháu có phải là phiên dịch của chú không? 妳（你）是不是我的翻譯？	Cháu ấy là phiên dịch của tôi. 她（他）是我的翻譯人員。

Ngôi thứ nhất 第一人稱	Ngôi thứ hai 第二人稱	Ngôi thứ ba 第三人稱
Đưa cho dì cái bút. 拿給我一支筆。	Dì đưa cái bút cho cháu. 你（阿姨）拿那支筆給我。	Tôi đưa bút cho dì ấy. 我拿筆給她（阿姨）。
Bố (Mẹ) đi làm đây! 我（爸／媽）去上班喔！	Bố (Mẹ) đi làm ạ? 你（爸／媽）去上班嗎？	Bố (Mẹ) tôi đã 60 tuổi rồi. 我（爸／媽）已經60歲了。
Con mới mua một cái áo khoác. 我剛買一件外套。	Con mới mua cái áo khoác này phải không? 你剛買這件外套對吧？	Con tôi mới mua cái áo khoác này. 我孩子剛買這件外套。

Luyện tập｜練習

01-011

1. Nghe và điền từ thích hợp vào chỗ trống.

請掃描右側QR聆聽音檔，並把正確選項填入以下空格。

> A. tôi　　B. dì　　C. anh ấy

① _____ là Mai

② _____ mới mua quyển sách này phải không?

③ _____ đưa bút cho cháu.

2. Nối cách xưng hô tương ứng cột A với cột B：

請將A欄位與B欄位正確配對。

A.	B.
① mình	a. cháu
② em	b. con
③ bố	c. em
④ chú	d. bạn
⑤ chị	e. thầy

Bài 2
單元二

Chào hỏi
打招呼

Sơ đồ tư duy | 心智圖

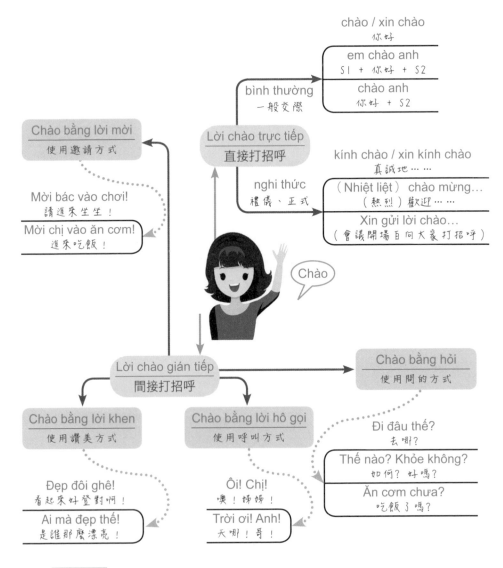

chào / xin chào
你好

em chào anh
S1 + 你好 + S2

chào anh
你好 + S2

bình thường
一般交際

Lời chào trực tiếp
直接打招呼

kính chào / xin kính chào
真誠地……

（Nhiệt liệt）chào mừng…
（熱烈）歡迎……

Xin gửi lời chào…
（會議開場自向大家打招呼）

nghi thức
禮儀、正式

Chào bằng lời mời
使用邀請方式

Mời bác vào chơi!
請進來坐坐！

Mời chị vào ăn cơm!
進來吃飯！

Chào

Lời chào gián tiếp
間接打招呼

Chào bằng hỏi
使用問的方式

Đi đâu thế?
去哪？

Thế nào? Khỏe không?
如何？好嗎？

Ăn cơm chưa?
吃飯了嗎？

Chào bằng lời khen
使用讚美方式

Chào bằng lời hô gọi
使用呼叫方式

Đẹp đôi ghê!
看起來好登對啊！

Ai mà đẹp thế!
是誰那麼漂亮！

Ôi! Chị!
噢！姊姊！

Trời ơi! Anh!
天哪！哥！

MP3

Hội thoại ｜ 會話

Ôi! Mai à? lâu rồi không gặp.

噢！是阿梅嗎？好久不見。

Ừ, là tớ đây, dạo này bạn có khỏe không?

嗯，是我啊，你最近好嗎？

Tớ vẫn khỏe, cảm ơn nha. Còn bạn thì sao?

我很好，謝謝你呀！你呢？

Tớ cũng vậy, chúng ta tới quán cà phê phía trước kia ngồi nói chuyện nha!

我也是，我們到前面那家咖啡廳坐著再聊吧！

Ok! Đi thôi.

Ok！走吧。

小叮嚀！

問候語是與人交流時最優先的禮儀，也是個人最起碼的禮貌，尤其是在一場交際的開始階段。在越南，美貌文化的問候語，是由從前的祖先所累積下來，已經成為非常寶貴的文化教導。

Từ vựng │ 詞彙

chào / xin chào 你好	kính chào xin kính chào 歡迎光臨	chào mừng 歡迎	nhiệt liệt 熱烈
xin / mời 請	gửi 寄、給予	lời chào 問候	thế nào / thì sao 如何
khỏe 好、身體好	chúc mừng 恭喜	đẹp 漂亮、美、好看	nhé / nha... 感嘆詞
vào 進	chơi 玩	ăn 吃	cơm 飯
buổi sáng 早上	buổi trưa 中午	buổi chiều 下午	buổi tối 晚上
chúc ngủ ngon 晚安	dạo này 最近	lâu rồi 好久、久	không 不、不是、零
gặp 見	tới 到	quán cà phê 咖啡廳	phía trước 前面
nói chuyện 聊天	ngồi 坐	cảm ơn 謝謝、感恩	vẫn / còn 還

Câu ngắn thường dùng │ 常用短句

1 **Lời chào trực tiếp** 直接打招呼

Xã giao bình thường 一般交際

Em chào thầy ạ!	老師好！
Chào bạn	你好！
Chào nhé!	你好！／再見！

MP3

Giao tiếp mang tính nghi thức 禮儀、正式

Kính chào/xin kính chào tất cả các bạn.
歡迎各位朋友！

Chào mừng quý vị đến với hội thảo ngày hôm nay.
歡迎各位來到今天的研討會。

Nhiệt liệt chào mừng các đoàn đại biểu đến tham gia buổi diễn đàn này.
熱烈歡迎各代表團體來參加這場論壇。

Xin gửi lời chào đến mọi người.
向大家問候。

2 Lời chào gián tiếp 間接打招呼

Chào bằng hỏi 使用問的方式	Chào bằng lời hô gọi 使用呼叫方式
Khỏe không? 好嗎？	Ôi! Chị! 喔！姊姊！
Mọi người vẫn khỏe chứ? 大家都安好吧？	Kìa! Anh Minh! 噢！明哥！
Thế nào, công việc tốt chứ? 如何，工作還可以吧？	A! mẹ về! 啊！媽媽回來！
Ăn cơm chưa? 吃飯了嗎？	Trời ơi! Anh! 天哪！哥！
Chị đi làm à? 你去上班齁？	Ơ! Chị đến rồi à? 咦！你來了噢？

Chào bằng lời khen 使用讚美方式	Chào bằng lời mời 使用邀請方式
Ai mà trẻ thế nhỉ? 是誰那麼年輕啊？	Mời bác vào trong nhà chơi ạ! 請伯伯進來家裡坐坐！
Đẹp đôi ghê! 看起來好登對啊！	Mời bác vào ăn cơm! 請伯伯進來吃飯！
Xe mới à? Sành điệu thế! 新車啊？好時髦噢！	Mời chị vào đây! 姊姊進來吧！
Dạo này trông xinh quá! 最近看起來好漂亮啊！	Huyền ơi, vào đây! 阿玄，進來吧！

Luyện tập | 練習

1. Chọn từ thích hợp điền vào chỗ trống.

   請選擇正確答案填入空格。

   A. đi làm   B. đẹp đôi   C. khỏe   D. chào

   ① Anh có _____ không?

   ② Em _____ anh ạ!

   ③ _____ ghê!

   ④ Anh _____ à?

2. Sắp xếp câu dưới đây thành hội thoại hoàn chỉnh.

   排列句子成為完整會話。

   ① Chào Mai, dạo này khỏe không?

   ② Tớ cũng vậy, cảm ơn bạn.

   ③ Cám ơn, tớ vẫn khỏe, còn bạn thì sao?

   ④ Chào Hải.

Bài 3
單元三

Vài nét về tôi
關於我

Sơ đồ tư duy | 心智圖

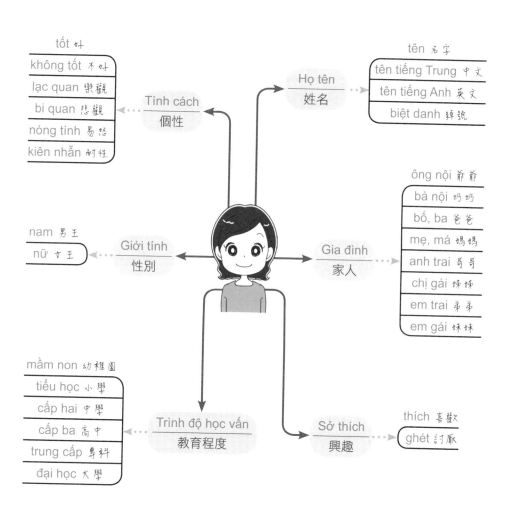

tốt 好
không tốt 不好
lạc quan 樂觀
bi quan 悲觀
nóng tính 易怒
kiên nhẫn 耐性

Tính cách
個性

Họ tên
姓名

tên 名字
tên tiếng Trung 中文
tên tiếng Anh 英文
biệt danh 綽號

nam 男生
nữ 女生

Giới tính
性別

Gia đình
家人

ông nội 爺爺
bà nội 奶奶
bố, ba 爸爸
mẹ, má 媽媽
anh trai 哥哥
chị gái 姊姊
em trai 弟弟
em gái 妹妹

mầm non 幼稚園
tiểu học 小學
cấp hai 中學
cấp ba 高中
trung cấp 專科
đại học 大學

Trình độ học vấn
教育程度

Sở thích
興趣

thích 喜歡
ghét 討厭

01

打招呼 & 自我介紹
Chào hỏi và giới thiệu bản thân

Hội thoại | 會話

Chào bạn, tôi là Hùng.
你好，我是阿雄。

Chào bạn! Tôi họ Nguyễn, tên Văn Lâm. Rất vui được làm quen với bạn.
你好！我姓阮，名叫文林。很高興認識你。

Tôi cũng vậy, rất vui được làm quen với bạn.
我也是，很高興認識你。

Từ vựng và câu ngắn thường dùng | 詞彙與常用短句

1 Họ tên 姓名

Từ vựng 詞彙	Câu ngắn thường dùng 常用短句
họ tên 姓名	Hãy viết họ tên của chị vào đơn này. 請在這張申請單寫上姓名。
họ 姓	Tôi họ Nguyễn. 我姓阮。
tên 名字	Tên anh là gì? 你叫什麼名字？
tên tiếng Trung 中文	Hãy ký bằng tên tiếng Trung vào đây. 請在這裡簽下中文名字。
tên tiếng Anh 英文	Cô giáo vừa đặt cho tôi tên tiếng Anh. 老師剛剛給我取一個英文名字。
biệt danh 綽號	Biệt danh của chị ấy là dâu tây. 她的綽號是草莓。

MP3

2 Gia đình 家人

Từ vựng 詞彙	Câu ngắn thường dùng 常用短句
gia đình 家人	Đây là các thành viên của gia đình tôi. 這是我家的所有成員。
ông nội 爺爺	Đây là ông nội của tôi. 這是我的爺爺。
bà nội 奶奶	Bà nội của tôi đã qua đời. 我的奶奶已經過世。
bố, ba 爸爸	Bố tôi vừa đi làm về. 爸爸剛下班回來。
mẹ, má 媽媽	Mẹ tôi không có nhà. 我媽媽不在家。
anh trai 哥哥	Anh trai của tôi tên là Nam. 我哥哥的名字叫阿南。
chị gái 姊姊	Chị gái của anh rất xinh. 他的姊姊很漂亮。
em trai 弟弟	Em trai tôi hay khóc. 我弟弟常常哭。
em gái 妹妹	Em gái anh ấy rất đáng yêu. 他妹妹很可愛。

3 Sở thích 興趣

Từ vựng 詞彙	Câu ngắn thường dùng 常用短句
sở thích 興趣	Sở thích của bạn là gì? 你的興趣是什麼？
thích 喜歡	Tôi thích đi xem phim. 我喜歡去看電影。
ghét 討厭	Tôi ghét anh ấy. 我討厭他。

● 補充單字

đọc sách 閱讀	du lịch 旅遊	nấu ăn 烹飪	nghe nhạc 聽音樂
bơi lội 游泳	mua sắm 購物	leo núi 爬山	chơi điện tử 打電動
đánh bóng bàn 打乒乓球	thể thao 運動	tập thể hình 健身	chạy bộ 跑步

4 Trình độ học vấn 教育程度

Từ vựng 詞彙	Câu ngắn thường dùng 常用短句
trường học 學校	Trường học của bạn ở đâu? 你的學校在哪裡？
mầm non 幼稚園	Con gái cô ấy đi học mầm non rồi. 她的女兒上幼稚園了。
tiểu học 小學	Trường tiểu học này có bao nhiêu học sinh? 這所小學有多少學生？
cấp hai 中學	Đây là trường cấp hai của chị gái tôi. 這是我姊姊中學讀的學校。
cấp ba 高中	Anh ấy không học cấp ba. 他沒有讀高中。
trung cấp 專科	Tôi đang theo học trung cấp kế toán. 我正在讀會計專科。
đại học 大學	Tôi không muốn thi vào đại học. 我不想考進大學。

● 補充單字

thạc sĩ 研究所	tiến sĩ 碩士	giáo sư 博士

5 Giới tính 性別

Từ vựng 詞彙	Câu ngắn thường dùng 常用短句
giới tính 性別	Hãy điền giới tính vào đây. 請在此填寫性別。
nam（con trai） 男生	Nhà vệ sinh nam ở gần đây thôi. 男生廁所在附近而已。
nữ（con gái） 女生	Trường tiểu học này có 60 bạn nữ. 這所小學有60位女生同學。

6 Tính cách 個性

Từ vựng 詞彙	Câu ngắn thường dùng 常用短句
tính cách 個性	Tính cách của cô ấy thế nào? 她的個性如何？
tốt 好	Tính tình của anh ấy rất tốt. 他的脾氣很好。
không tốt 不好	Tính cách của em trai tôi không tốt. 我弟弟的個性不好。
lạc quan 樂觀	Bạn phải lạc quan lên. 你要樂觀一點。
bi quan 悲觀	Đừng bi quan như thế. 別這樣悲觀了。
nóng tính 易怒	Anh ấy rất nóng tính. 他非常易怒。

● **補充單字**

nghiêm khắc 嚴肅	tự tin 自信	bảo thủ 保守	nội tâm 內向
cô độc 孤僻	hoạt bát 活潑	căng thẳng 緊張	lịch thiệp 禮貌

Luyện tập | 練習

1. Hãy điền những từ có sẵn dưới đây vào ô trống sao cho đúng.
   請把以下單字填入正確位置。

A. tên   B. họ   C. biệt danh   D. tên tiếng Anh

① Chào anh, tôi _____ là Mai.

② Peter là _____ của anh ấy.

③ Chị ấy _____ Nguyễn, tên Vân Anh.

④ Dâu tây là _____ của tôi.

2. Nối chính xác từ vựng với hình sau đây.
   請配對正確詞彙與圖片。

① nam   ② nóng tính   ③ mầm non   ④ trường học

A.    B.   C.   D.

答案：
1：①A、②D、③B、④C
2：①C、②A、③D、④B

MP3

Bài 4
單元四

Tuổi tác
年齡

Sơ đồ tư duy | 心智圖

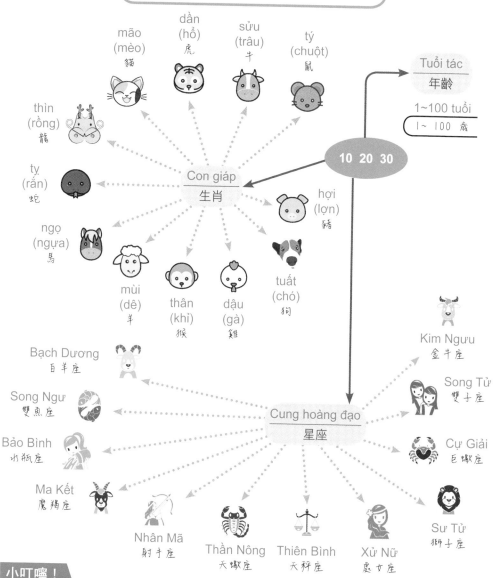

mão
(mèo)
貓

dần
(hổ)
虎

sửu
(trâu)
牛

tý
(chuột)
鼠

thìn
(rồng)
龍

tỵ
(rắn)
蛇

Con giáp
生肖

hợi
(lợn)
豬

ngọ
(ngựa)
馬

mùi
(dê)
羊

thân
(khỉ)
猴

dậu
(gà)
雞

tuất
(chó)
狗

Tuổi tác
年齡

1~100 tuổi
1~100 歲

10 20 30

Bạch Dương
白羊座

Song Ngư
雙魚座

Bảo Bình
水瓶座

Ma Kết
鷹羯座

Nhân Mã
射手座

Thần Nông
天蠍座

Thiên Bình
天秤座

Xử Nữ
處女座

Cung hoàng đạo
星座

Kim Ngưu
金牛座

Song Tử
雙子座

Cự Giải
巨蟹座

Sư Tử
獅子座

小叮嚀！

越南的第四個生肖是貓，而台灣是兔子。

Từ vựng và câu ngắn thường dùng ｜ 詞彙與常用短句

1 Tuổi tác 年齡

Cách đọc số đếm từ 1～100 trong Tiếng Việt

越南語數1～100數字的方法

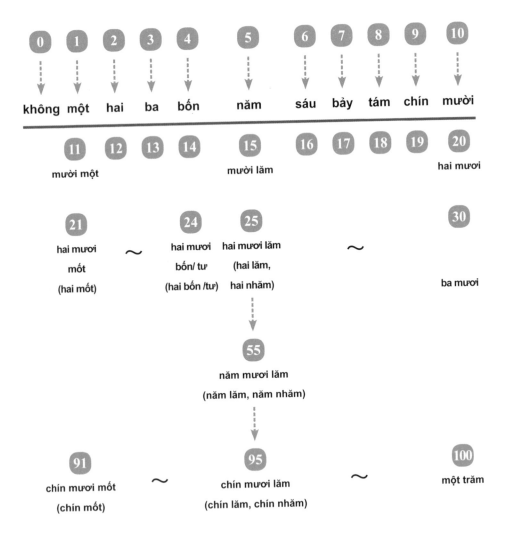

MP3

2 **Phương pháp hỏi đáp tuổi tác** 問答年齡之方法

問 **Anh/Chị bao nhiêu tuổi?** 你幾歲？

答 Tôi 30 tuổi. 我30歲。

問 **Bạn năm nay bao nhiêu tuổi?** 你今年幾歲？

答 Tôi năm nay 30 tuổi. 我今年30歲。

問 **Chị ấy sinh năm bao nhiêu?** 她幾年出生？

答 Chị ấy sinh năm 1986. 她1986年出生。

打招呼&自我介紹
Chào hỏi và giới thiệu bản thân

3 **Cung hoàng đạo / chòm sao** 星座

Từ vựng 詞彙	Câu ngắn thường dùng 常用短句
Bạch Dương 白羊座	
Kim Ngưu 金牛座	
Song Tử 雙子座	
Cự Giải 巨蟹座	Ngày sinh của bạn thuộc **cung nào**?
Sư Tử 獅子座	你的生日屬於哪個星座？
Xử Nữ 處女座	
Thiên Bình 天秤座	
Thần Nông 天蠍座	Ngày sinh của tôi thuộc **cung Bảo Bình**.
Nhân Mã 射手座	我的生日屬於水瓶座。
Ma Kết 山羊座	
Bảo Bình 水瓶座	
Song Ngư 雙魚座	

單元四 ▶▶ 年齡 049

4 Con giáp 生肖

Từ vựng 詞彙	Câu ngắn thường dùng 常用短句
tý（chuột）鼠	
sửu（trâu）牛	
dần（hổ）虎	
mão（mèo）貓	
thìn（rồng）龍	Bạn **tuổi gì**?
tỵ（rắn）蛇	你屬什麼？
ngọ（ngựa）馬	
mùi（dê）羊	Mình tuổi **dần**.
thân（khỉ）猴	我屬虎。
dậu（gà）雞	
tuất（chó）狗	
hợi（lợn）豬	

Luyện tập｜練習

01-041

1. **Nghe và điền đáp án đúng.**

掃描右側QR聆聽音檔，並填寫正確答案。

① Bạn _____ tuổi?

② Chị gái tôi năm nay _____ tuổi.

  MP3

③ Bố tôi tuổi _____ .

④ Ngày sinh của chị Hoa thuộc cung _____ .

2. Dùng tiếng Việt viết ra các con số chính xác.
使用越南文寫出以下數字。

① 100：_____

② 40：_____

③ 25：_____

④ 36：_____

⑤ 72：_____

Quốc tịch
國籍

Sơ đồ tư duy | 心智圖

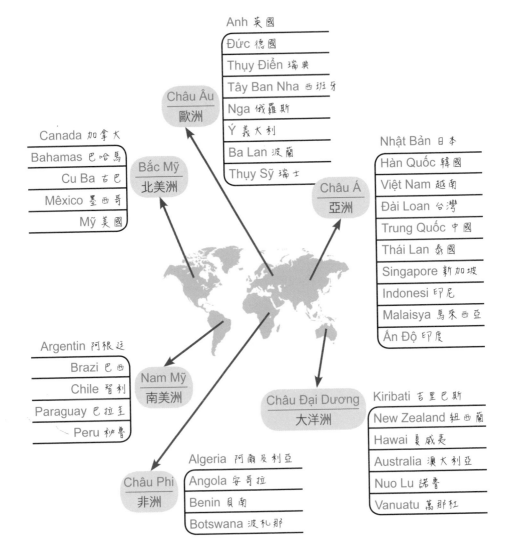

Anh 英國

Đức 德國

Thụy Điển 瑞典

Tây Ban Nha 西班牙

Nga 俄羅斯

Ý 義大利

Ba Lan 波蘭

Thụy Sỹ 瑞士

Châu Âu
歐洲

Canada 加拿大

Bahamas 巴哈馬

Cu Ba 古巴

Mêxico 墨西哥

Mỹ 美國

Bắc Mỹ
北美洲

Nhật Bản 日本

Hàn Quốc 韓國

Việt Nam 越南

Đài Loan 台灣

Trung Quốc 中國

Thái Lan 泰國

Singapore 新加坡

Indonesi 印尼

Malaisya 馬來西亞

Ấn Độ 印度

Châu Á
亞洲

Argentin 阿根廷

Brazi 巴西

Chile 智利

Paraguay 巴拉圭

Peru 秘魯

Nam Mỹ
南美洲

Châu Đại Dương
大洋洲

Kiribati 吉里巴斯

New Zealand 紐西蘭

Hawai 夏威夷

Australia 澳大利亞

Nuo Lu 諾魯

Vanuatu 萬那杜

Algeria 阿爾及利亞

Angola 安哥拉

Benin 貝南

Botswana 波札那

Châu Phi
非洲

MP3

Từ vựng và câu ngắn thường dùng │ 詞彙與常用短句

1 Bảng tên một số quốc gia của các Châu lục 各大洲之一些國家名稱

Châu Âu 歐洲	Châu Á 亞洲	Châu Đại Dương 大洋洲
Anh 英國	Nhật Bản 日本	Kiribati 吉里巴斯
Đức 德國	Hàn Quốc 韓國	New Zealand 紐西蘭
Thụy Điển 瑞典	Việt Nam 越南	Hawaii 夏威夷
Tây Ban Nha 西班牙	Đài Loan 台灣	Australia 澳大利亞
Nga 俄羅斯	Trung Quốc 中國	Nuo Lu 諾魯
Ý（Italy）義大利	Thái Lan 泰國	Vanuatu 萬那杜
Ba Lan 波蘭	Singapore 新加坡	
Thụy Sỹ 瑞士	Indonesia 印尼	
	Malaisya 馬來西亞	
	Án Độ 印度	

Châu Phi 非洲	Nam Mỹ 南美洲	Bắc Mỹ 北美洲
Algeria 阿爾及利亞	Argentina 阿根廷	Canada 加拿大
Angola 安哥拉	Brazil 巴西	Bahamas 巴哈馬
Benin 貝南	Paraguay 巴拉圭	Cu Ba 古巴
Botswana 波札那	Peru 秘魯	Mêxico 墨西哥

2 Cách hỏi đáp về quốc tịch 國籍問答方法

Chào anh!
你好！
Anh là người nước nào?
你是哪國人?

Chào em!
你好！
Anh là người Đài Loan.
我是台灣人

問 Bạn là người nước nào? 你是哪國人？

答 Tôi là người Việt Nam. 我是越南人。

問 Bạn đến từ quốc gia nào? 你從哪個國家來？

答 Tôi đến từ Việt Nam. 我來自越南。

問 Bạn có phải người Mỹ không? 你是不是美國人？

答 **Phủ định** 否定

Không, tôi là người Việt Nam. 不是，我是越南人

Khẳng định 肯定

Vâng, tôi là người Mỹ. 是，我是美國人。

MP3

Luyện tập │ 練習

01-051

1. Nghe và hoàn thành hội thoại sau .

掃描右側QR聆聽音檔，並完成以下對話。

A：Chào chị, tôi là Tuấn. Chị là _____ ① _____ .

B：Chào Tuấn, Tôi là _____ ② _____ Còn Tuấn?

A：Tôi đến từ _____ ③ _____ . Rất vui được gặp chị.

B：Tôi cũng rất vui được gặp Tuấn.

2. Nối phù hợp cột A với cột B. 將A欄位與B欄位正確配對。

A.   B.

①   a. Nhật Bản

②   b. Anh

③   c. Việt Nam

④   d. Đài Loan

Nghề nghiệp
職業

Sơ đồ tư duy │ 心智圖

chủ tịch hội đồng quản trị 董事長

tổng giám đốc 總經理

giám đốc 經理

chủ nhiệm 主任

cấp trên 主管

giám đốc điều hành 執行長

trưởng phòng 課長

quản lý nhân sự 人事管理

tổng thống 總統

chủ tịch thành phố 市長

thẩm phán 法官

người phát ngôn 代言人

cảnh sát 警察

quân đội 軍人

cục trưởng 局長

nhân viên đưa thư 郵差

nhân viên 服務員

tiếp viên hàng không 空姐

lễ tân 櫃台人員

đầu bếp 廚師

khán hộ công 看護人員

tài xế 司機

Công chức nhà nước 軍公教

Nhân viên ngành phục vụ 服務業

Chức vụ trong công ty 企業管理

Kế hoạch nghề nghiệp của tôi 我的生涯規劃

Nhân viên chuyên môn 專業人員

Lao động kỹ thuật 技術人員

Tự do và ngành khác 自由業與其他

kỹ sư 工程師

kế toán 會計師

luật sư 律師

bác sĩ 醫生

phóng viên 記者

thư ký 秘書

y tá 護士

kiến trúc sư 建築師

nhà văn 作家

biên phiên dịch 翻譯員

giáo viên 老師

thợ sửa chữa 修理工

thợ phun sơn 噴漆工

thợ hàn điện 電焊工

thợ (điện) nước 水電工

thợ chạm khắc 雕刻工

tông nhân đóng gói 包裝員

thuyền viên 船員

nhân viên quét dọn 清潔工

nông dân 農夫

họa sĩ 畫家

thợ cắt tóc 理髮師

nhân viên tiếp thị 推銷員

nội trợ 家庭主婦

tình nguyện viên 志工人員

MP3

Từ vựng và câu ngắn thường dùng | 詞彙與常用短句

1 Công chức nhà nước 軍公教

Từ vựng 詞彙	Câu ngắn thường dùng 常用短句
tổng thống 總統	Tổng thống Đài Loan là Thái Anh Văn. 台灣總統是蔡英文。
chủ tịch thành phố （thị trưởng） 市長	Mỗi một thành phố đều có một chủ tịch thành phố. 每個城市都有一位市長。
thẩm phán 法官	Người thẩm phán này mới nhậm chức được hai tháng. 這位法官剛剛到職兩個月。
người phát ngôn 代言人	Anh ấy có phải người phát ngôn bộ ngoại giao không? 他是不是外交部的代言人？
cảnh sát 警察	Cảnh sát có nhiệm vụ đảm bảo ổn định cho xã hội, trật tự kỉ cương, bảo vệ lợi ích của nhà nước. 警察有責任確保社會穩定，遵守紀律與保護國家利益。
cục trưởng 局長	Cục trưởng hải quan vừa bay sang Việt Nam ngày hôm qua. 海關局長昨天剛飛到越南。

2 Nhân viên ngành phục 服務業

Từ vựng 詞彙	Câu ngắn thường dùng 常用短句
nhân viên đưa thư 郵差	Nhân viên đưa thư ngày ngày vất vả đội nắng đội gió để đưa thư. 郵差每天風吹日曬辛苦的送信。
nhân viên 服務員	Nhân viên của nhà hàng rất thiện cảm. 餐廳的服務員非常友善。

Từ vựng 詞彙	Câu ngắn thường dùng 常用短句
lễ tân 櫃台人員	Lễ tân luôn luôn nở nụ cười rạng rỡ để đón tiếp khách hàng. 櫃台人員總是笑臉接待客人。
tiếp viên hàng không 空姐	Chị gái tôi là tiếp viên hàng không. 我姊姊是空姐。
đầu bếp 廚師	Anh trai bạn có phải là đầu bếp của khách sạn Hồng Hải không? 你哥哥是不是鴻海飯店的廚師？
khán hộ công 看護人員	Chị ấy qua Đài Loan làm khán hộ công. 她去台灣當看護人員。
tài xế 司機	Anh tài xế này biết nói tiếng Anh. 這位男司機會講英文。

3 Chức vụ trong công ty 企業管理

Từ vựng 詞彙	Câu ngắn thường dùng 常用短句
chủ tịch hội đồng quản trị 董事長	Chủ tịch hội đồng quản trị của công ty là ông Trương. 張先生是這家公司的董事長。
tổng giám đốc 總經理	Tổng giám đốc của công ty anh ấy rất tốt. 他公司的總經理人很好。
giám đốc 經理	Giám đốc đang có cuộc họp rất quan trọng. 經理有一個非常重要的會議。
chủ nhiệm 主任	Chủ nhiệm của công ty vừa từ chức. 公司的主任剛離職。
cấp trên 主管	Anh ấy vừa bị cấp trên mắng. 他剛剛被主管罵。
giám đốc điều hành 執行長	Xin lỗi, cho tôi gặp giám đốc điều hành của công ty. 不好意思，請讓我見公司的執行長。

Từ vựng 詞彙	Câu ngắn thường dùng 常用短句
trưởng phòng 課長	Chúc mừng anh thăng chức trưởng phòng marketing. 恭喜你升任銷售課長職位。
quản lý nhân sự 人事管理	Cô ấy là một quản lý nhân sự rất có năng lực. 她是一位非常有能力的人事管理。

4 Nhân viên chuyên môn 專業人員

Từ vựng 詞彙	Câu ngắn thường dùng 常用短句
kỹ sư 工程師	Công ty này có bao nhiêu kỹ sư? 這家公司有多少工程師？
kế toán 會計師	Tôi có sáu năm kinh nghiệm làm kế toán. 我已擁有六年當會計師的經歷。
luật sư 律師	Anh ấy là luật sư có tiếng tăm. 他是一位有名的律師。
bác sĩ 醫生	Ước mơ của tôi sẽ trở thành bác sĩ. 我的夢想是當醫生。
phóng viên 記者	Phóng viên là người làm nghiệp vụ truyền thông, thu thập thông tin và báo cáo tin tức. 記者是媒體從業人員中，從事信息採集和新聞報導工作的人。
thư ký 秘書	Thư ký có nhiệm vụ sắp xếp lịch trình làm việc của tổng giám đốc. 祕書的任務是協助總經理安排行程。
y tá 護士	Các cô y tá trong bệnh viện rất bận rộn. 醫院裡的護士很忙。
kiến trúc sư 建築師	Anh là một kiến trúc sư có tiềm năng. 你是一位有潛力的建築師。
nhà văn 作家	Tôi thực sự ngưỡng mộ nhà văn Nam Cao. 我真的很佩服南高作家。

Từ vựng 詞彙	Câu ngắn thường dùng 常用短句
biên phiên dịch 翻譯員	Em trai tôi là một biên phiên dịch tiếng Hàn Quốc. 我弟弟是一位韓文翻譯員。
giáo viên 老師	Giáo viên của chúng tôi sắp nghỉ hưu rồi. 我們的老師即將要退休了。

⑤ Lao động kỹ thuật 勞工技術人員

Từ vựng 詞彙	Câu ngắn thường dùng 常用短句
thợ sửa chữa 修理工	Anh sang Đài Loan làm thợ sửa chữa đúng không? 他去台灣當修理工對嗎？
thợ phun sơn 噴漆工	Thợ phun sơn rất vất vả. 噴漆工很辛苦。
thợ hàn điện 電焊工	Công ty tôi đang cần thợ hàn điện. 我公司正在徵求電焊工。
thợ điện（nước） 水電工	Chị gọi giúp tôi thợ điện（nước）đến đây. 妳幫我叫水電工來。
thợ chạm khắc 雕刻工	Tôi rất khâm phục những thợ chạm khắc. 我很欽佩雕刻工。
công nhân đóng gói 包裝員	Công ty anh đang tuyển công nhân đóng gói hả? 你公司是否在招聘包裝員？
thuyền viên 船員	Thuyền viên ra biển đánh cá thường thì một năm về nhà một lần. 出海捕魚的船員通常一年回家一次。

6 Tự do và ngành khác 自由業與其他

Từ vựng 詞彙	Câu ngắn thường dùng 常用短句
nhân viên quét dọn 清潔工	Chị là nhân viên quét dọn ở đây phải không? 妳是這裡的清潔工嗎？
nông dân 農夫	Cuối cùng tôi cũng cảm nhận được công việc vất vả của người nông dân. 我終於體會到農夫工作的辛苦。
họa sĩ 畫家	Họa sĩ là người có khả năng và thực hiện sáng tác ra các tác phẩm hội họa. 畫家能夠並執行創作出藝術作品。
thợ cắt tóc 理髮師	Anh Tuấn là thợ cắt tóc có uy tín. 俊哥是一位有信譽的理髮師。
nhân viên tiếp thị 推銷員	Bí quyết thành công của nhân viên tiếp thị là học cách lắng nghe. 「成功」推銷員的秘訣是必須學會傾聽。
nội trợ 家庭主婦	Người làm nội trợ thường vất vả hơn cả người đi làm. 家庭主婦比上班族還辛苦。
tình nguyện viên 志工人員	Tình nguyện viên của chúng tôi hoạt động ở khắp nơi trên thế giới. 我們的志工人員在世界各地服務。

Ngữ pháp | 文法

Phương pháp hỏi đáp về nghề nghiệp 職業問答方式

方法 **1**

Hỏi 問	**Bạn**		+	**làm** +	**nghề gì?**
	第二（或第三）人稱（S）		+	做 +	什麼工作？
Đáp 答	**Tôi**		+	**là** +	**luật sư.**
	第一（或第三）人稱（S）		+	是 +	職業名稱。

方法 **2**

Hỏi 問	**Bạn**	+**là** +**phóng viên**+**phải không?**
	第二（或第三）人稱（S）+是+職業名稱 +是否？

Khẳng định 肯定   **Vâng, tôi là phóng viên.**

是，第一（或第三）人稱（S）+是+職業名稱。

Phủ định 否定   **Không phải, tôi là giáo viên.**

不是，第一（或第三）人稱（S）+是+職業名稱。

Luyện tập │ 練習

1. Đoán xem nhân vật bên phải có nghề nghiệp là gì?
猜猜看下列人物的職業是什麼？

A. phóng viên	B. luật sư	C. ca sĩ D. kiến trúc sư
E. tiếp viên hàng không	F. kế toán	G. bác sĩ H. họa sĩ

① _____ ② _____ ③ _____ ④ _____ ⑤ _____ ⑥ _____

2. Trả lời những câu hỏi sau：phủ định（✕）hoặc khẳng định（✓）.
依照句首所提示的否定（✕）或肯定（✓）回答以下問題。

① Chị là y tá phải không?

✕ _____ bác sĩ.

② Anh ấy là nhân viên tiếp thị phải không?

✓ _____

③ Cô ấy là giáo viên của tôi phải không?

✕ _____ quản lý nhân sự.

④ Xin lỗi, cô có phải là luật sư không?

✓ _____

④Vâng, tôi là luật sư.
③Không phải, cô ấy là quản lý nhân sự.
②Vâng, anh ấy là nhân viên tiếp thị.
2：①Không phải, tôi là bác sĩ.
1：①G、②B、③D、④E、⑤C、⑥A
解答：

MP3

時間

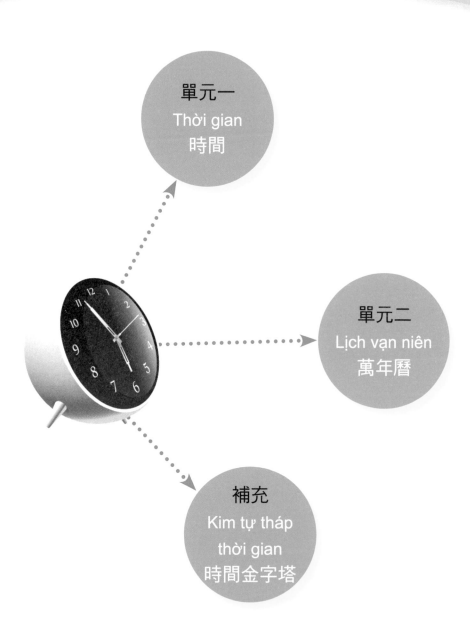

單元一
Thời gian
時間

單元二
Lịch vạn niên
萬年曆

補充
Kim tự tháp
thời gian
時間金字塔

Thời gian
時間

Sơ đồ tư duy | 心智圖

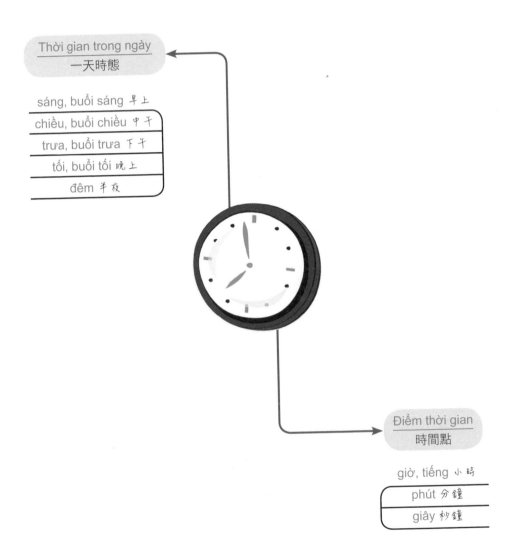

Thời gian trong ngày
一天時態

sáng, buổi sáng	早上
chiều, buổi chiều	中午
trưa, buổi trưa	下午
tối, buổi tối	晚上
đêm	半夜

Điểm thời gian
時間點

giờ, tiếng	小時
phút	分鐘
giây	秒鐘

MP3

Hội thoại | 會話

Lâm : Tùng ơi, bây giờ là mấy giờ?

阿松，現在幾點了？

Tùng : Bây giờ là 7 giờ 15 phút. Mấy giờ cậu đi học?

現在是7點15分。你幾點去上課？

Lâm : 7 giờ rưỡi tớ đi học.

我7點半去上課。

Tùng : Cậu về nhà lúc mấy giờ?

你幾點回家？

Lâm : Tớ về nhà lúc 2 giờ chiều.

我下午2點回家。

Bây giờ là mấy giờ ?

現在幾點了？

Bây giờ là 7 giờ 15 phút.

現在是7點15分。

Từ vựng và câu ngắn thường dùng │ 詞彙與常用短句

1 Điểm thời gian 時間點

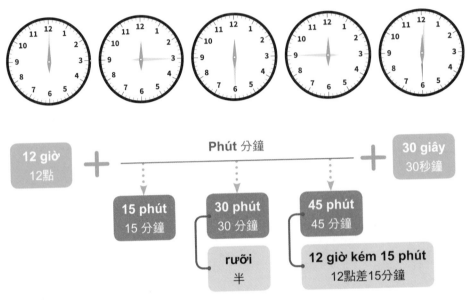

Từ vựng 單字	Câu ngắn thường dùng 常用短句
giờ, tiếng 小時	Bây giờ là 8 giờ sáng. 現在是早上8點。 Tôi làm bài thi này khoảng 1 tiếng đồng hồ. 我做這個考試大約一個小時。
phút 分鐘	30 phút nữa là cuộc họp sẽ bắt đầu. 再30分鐘後會議將開始。
giây 秒鐘	Một phút là 60 giây. 一分鐘是60秒。
rưỡi 半	11 giờ rưỡi chúng tôi hẹn nhau ăn cơm. 11點半我們約一起吃飯。
kém 差	Chị ấy đến đây lúc 8 giờ kém 15 phút. 她8點差15分鐘來到這裡。

MP3

2 **Thời gian trong ngày** 一天時態

- **sáng, buổi sáng** 早上 —— **01：00 am～10：00 am**

  Ví dụ例如：3 giờ sáng（早上3點）、9 giờ sáng（早上9點）……

- **trưa, buổi trưa** 中午 —— **11：00 am～12：00 am**

  Ví dụ例如：11 giờ trưa（中午11點）、12 giờ trưa（中午12點）……

- **chiều, buổi chiều** 下午 —— **13：00 pm～17：00 pm**

  Ví dụ例如：15 giờ chiều／3 giờ chiều（下午15點／下午3點）……

- **tối, buổi tối** 晚上 —— **18：00 pm～22：00 pm**

  Ví dụ例如：20 giờ tối／8 giờ tối（晚上20點／晚上8點）……

- **đêm, buổi đêm** 夜、半夜 —— **23：00 pm ～24：00 pm**

  Ví dụ例如：12 giờ đêm（半夜12點）……

小叮嚀！

- 12：00 am —— giữa trưa 中午
- 24：00 pm —— nửa đêm 半夜
- 01：00 am～03：00 am 有時候也被視為半夜

例如：tôi thức dậy từ 3 giờ sáng（半夜3點我就起床）

Từ vựng 單字	Câu ngắn thường dùng 常用短句
sáng, buổi sáng 早上	Tôi thức dậy lúc 6 giờ sáng. 我早上6點起床。
trưa, buổi trưa 中午	Chị ấy hẹn tôi lúc 11 giờ trưa nay. 她跟我約今天中午11點。

Từ vựng 單字	Câu ngắn thường dùng 常用短句
chiều, buổi chiều 下午	3 giờ chiều tôi đi đánh tennis. 下午3點我去打網球。
tối, buổi tối 晚上	Tôi đi ngủ lúc 10 giờ tối. 晚上10點我去睡覺。
đêm, nửa đêm 夜、半夜	Tàu khởi hành lúc 12 giờ đêm. 火車半夜12點出發

小叮嚀！

12點整或是8點整

越南文有三種說法：đúng 12 giờ ／ 12 giờ đúng ／ đúng 12 giờ trưa / đêm

Luyện tập | 練習

1. Điền chính xác đáp án vào ô trống phía dưới đồng hồ.

把正確答案填入時鐘下方空格。

> A. 7 giờ 20 phút   C. 4 giờ 55 phút   E. 3 giờ kém 10 phú
>
> B. 6 giờ 10 phút   D. 7 giờ rưỡi   F. 12 giờ 10 phút

① _____   ② _____   ③ _____

  MP3

④ _____ ⑤ _____ ⑥ _____

02-011

2. Nghe và điền từ thích hợp vào chỗ trống.

請掃描右側QR聆聽音檔，然後填寫正確單字。

① Bây giờ là mấy giờ? 現在是幾點？

_____ 晚上10點10分。

② Mấy giờ anh đi làm? 幾點你去上班？

_____ 早上7點差5分。

2: ①10 giờ 10 phút tối, ②7 giờ kém 5 phút sáng

1: ①C, ②B, ③A, ④F, ⑤D, ⑥E

：案答

Lịch vạn niên
萬年曆

Sơ đồ tư duy｜心智圖

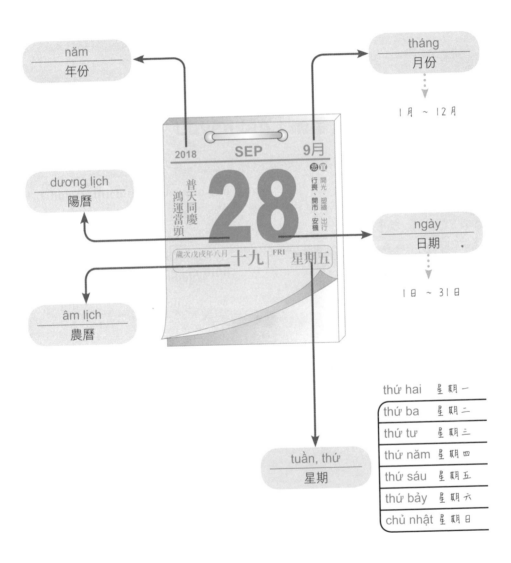

năm
年份

tháng
月份

1月 ~ 12月

dương lịch
陽曆

2018　SEP　9月

28

普天同慶
鴻運當頭

急宜
開光、盟繕、出行
行興、開市、安機

歲次戊戌年八月　十九　FRI　星期五

ngày
日期

1日 ~ 31日

âm lịch
農曆

tuần, thứ
星期

thứ hai	星期一
thứ ba	星期二
thứ tư	星期三
thứ năm	星期四
thứ sáu	星期五
thứ bảy	星期六
chủ nhật	星期日

MP3

Hội thoại｜會話

A : Hôm nay anh Nam không phải đi học à?
南哥，今天不用上課嗎？

B : Hôm nay là chủ nhật, anh được nghỉ học mà.
今天是星期日，我放假呀。

A : Vậy tối nay đi caffe với em nhé.
那晚上跟我去喝咖啡齁！

B : Hẹn em tuần sau nhé, tối nay anh có hẹn bạn rồi.
跟你約下星期，今晚我已有約朋友了。

A : Vâng ạ, em sẽ gọi cho anh sau, em về đây.
好的，我再打給你，再見。

B : Ừ, chào em nha!
好，再見。

Từ vựng và câu ngắn thường dùng │ 詞彙與常用短句

1 Năm 年份

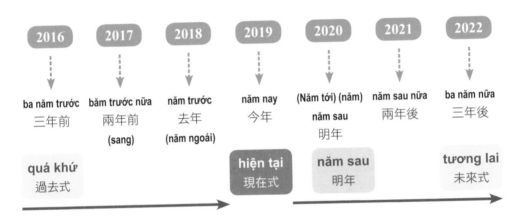

2019

năm hai nghìn không trăm mười chín
兩千零十九年

năm hai không mười chín
二零十九年

2016	2017	2018	2019	2020	2021	2022
ba năm trước	băm trước nữa	năm trước	năm nay	(Năm tới) (năm)	năm sau nữa	ba năm nữa
三年前	兩年前	去年	今年	năm sau	兩年後	三年後
	(sang)	(năm ngoái)		明年		

quá khứ			hiện tại	năm sau		tương lai
過去式			現在式	明年		未來式

● Câu ngắn thường dùng 常用短句

Từ vựng 單字	Câu ngắn thường dùng 常用短句
ba năm trước 三年前	Ba năm trước tôi đã đến nơi đây. 三年前我已來過這裡。
năm trước nữa 兩年前	Năm trước nữa tôi đã đưa gia đình đi du lịch. 兩年前我已經帶家人去旅遊。
năm nay 今年	Năm nay là năm 2018. 今年是2018年。
năm trước（năm ngoái） 去年	Bà ấy đã qua đời từ năm ngoái rồi. 她去年已經過世了。

MP3

Từ vựng 單字	Câu ngắn thường dùng 常用短句
năm sau（năm tới） （sang năm）明年	Năm tới tôi sẽ đi Mỹ. 明年我會去美國。
năm sau nữa 兩年後	Năm sau nữa anh ấy sẽ kết hôn với tôi. 兩年後他將跟我結婚。
ba năm nữa 三年後	Ba năm nữa tôi sẽ tốt nghiệp. 三年後我將畢業。

2 **Tháng** 月份、**Âm lịch** 農曆、**Dương lịch** 陽曆

tháng 月	1	2	3	4	5	6	7	8	9	10	11	12
dương lịch （陽曆）	một 一	hai 二	ba 三	bốn 四	năm 五	sáu 六	bảy 七	tám 八	chín 九	mười 十	mười một 十一	mười ha 十二
âm lịch （農曆）	giêng	hai	ba	bốn	năm	sáu	bảy	tám	chín	mười	mười một	chạp

	tháng năm	tháng sáu	**tháng bảy**	tháng tám	tháng chín
	tháng trước nữa 前兩個月	**tháng trước** 上個月	**tháng này** 這個月	**tháng sau** **tháng tới** 下個月	**tháng sau nữa** 兩個月後

quá khứ
過去式

hiện tại
現在式

tương lai
未來式

● **Câu ngắn thường dùng** 常用短句

Từ vựng 單字	Câu ngắn thường dùng 常用短句
tháng 月份	Tháng này là tháng mấy? 這個月是幾月？
âm lịch 農曆	Ngày 15 tháng 8 âm lịch là tết trung thu. 農曆8月15日是中秋節。

Từ vựng 單字	Câu ngắn thường dùng 常用短句
dương lịch 陽曆	Hôm nay dương lịch là ngày bao nhiêu? 今天是陽曆幾號？
tháng trước nữa 前兩個月	Tháng trước nữa tôi có đến thăm bạn. 前兩個月我有過去探望你。
tháng trước 上個月	Anh ấy về quê từ tháng trước rồi. 他上個月回家鄉了。
tháng này 這個月	Tháng này bạn lĩnh lương chưa? 你這個月領薪資了嗎？
tháng sau（tháng tới） 下個月	Tháng sau là tháng 9. 下個月是9月。
tháng sau nữa 兩個月後	Tháng sau nữa cô ấy sinh em bé. 下個月她將生寶寶。

3 **Ngày** 天、號、日／**Thứ** 星期／**Tuần** 週

ngày：天、號、日

thứ：星期、禮拜（是指星期一到星期五）

tuần：週、星期、禮拜

（是指整個星期，例如：3 tuần 三個禮拜，或tuần trước 上禮拜）

Thứ 星期	thứ hai 一	thứ ba 二	thứ tư 三	thứ năm 四	thứ sáu 五	thứ bảy 六	chủ nhật 日
Ngày 天	ba ngày trước 大前天	hôm kia 前天	hôm qua 昨天	**hôm nay** 今天	ngày mai 明天	ngày kia 後天	ba ngày nữa 大後天

quá khứ 過去式   hiện tại 現在式   tương lai 未來式

● Câu ngắn thường dùng 常用短句

Từ vựng 單字	Câu ngắn thường dùng 常用短句
ngày 天、號、日	Hôm nay là ngày bao nhiêu? 今天是幾號？
thứ 星期	Hôm nay là thứ mấy? 今天是星期幾？
tuần 星期	Còn hai tuần nữa là tôi phải thi đại học. 還有兩個禮拜我將要考大學。
ba ngày trước 三天前	Mẹ đã lên thành phố từ ba ngày trước rồi. 三天前媽媽已到城市了。
hôm kia 前天	Hôm kia tôi đã nhận được quà của bạn. 前天我已收到你的禮物。
hôm qua 昨天	Tôi đã làm bài tập từ ngày hôm qua. 我昨天已做功課了。
hôm nay 今天	Hôm nay anh ấy nghỉ làm. 今天他請假。
ngày mai 明天	Ngày mai là ngày cưới của tôi. 明天是我的結婚日。
ngày kia 後天	Ngày kia có phải là ngày 28 không? 後天是28號嗎？
ba ngày nữa 三天後	Ba ngày nữa tôi sẽ sang Đài Loan làm việc. 三天後我將到台灣工作。

小叮嚀！

1‧從1日到10日，越南口語中的念法為：「ngày mùng……」或「ngày mồng」，從11日到31日則刪除「mùng」或「mồng」。

2‧中文裡，星期順序為一到六；但越南語裡，星期順序是從二到七。

Luyện tập | 練習

1. Chọn từ thích hợp điền vào chỗ trống.

請選擇正確答案填入空格。

① Hôm nay là _____ mấy?（ngày kia / thứ / tuần trước）

② Ngày mai là ngày _____ 8.（hôm qua / tuần / mồng）

③ Ngày 15 tháng 8 _____ là tết trung thu.（âm lịch / dương lịch / hôm kia）

2. Nghe và điền vào chỗ trống.

掃描右側QR聆聽音檔，然後填寫正確單字。

02-021

A : Hôm nay là thứ _____①_____?

B : Hôm nay là _____②_____.

A : _____③_____ là thứ bảy, bạn sang nhà mình chơi nhé.

B : _____④_____ tôi có bài thi, nên phải ở nhà ôn tập.

MP3

Kim tự tháp thời gian
時間金字塔

秒	giây
分鐘	phút
小時	giờ
天	ngày
星期	tuần
月	tháng
年	năm

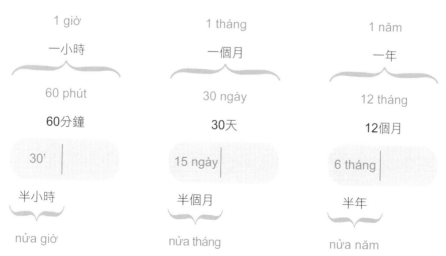

1 giờ	1 tháng	1 năm
一小時	一個月	一年
60 phút	30 ngày	12 tháng
60分鐘	30天	12個月
30'	15 ngày	6 tháng
半小時	半個月	半年
nửa giờ	nửa tháng	nửa năm

MP3

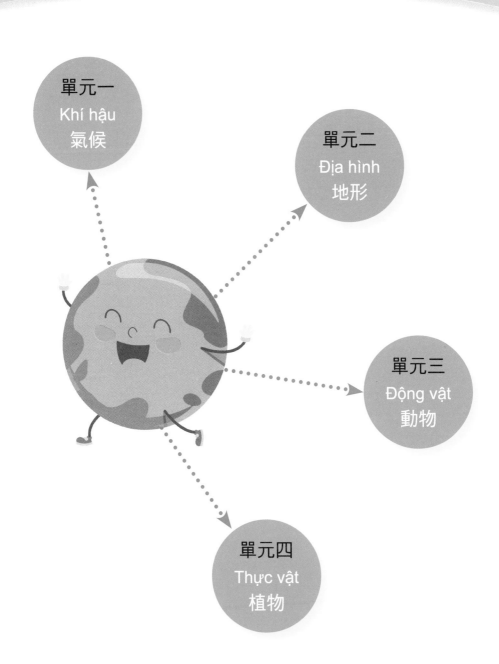

Chương
03
第三章

Khí hậu và thiên nhiên
天然與氣候

單元一
Khí hậu
氣候

單元二
Địa hình
地形

單元三
Động vật
動物

單元四
Thực vật
植物

Khí hậu
氣候

Sơ đồ tư duy | 心智圖

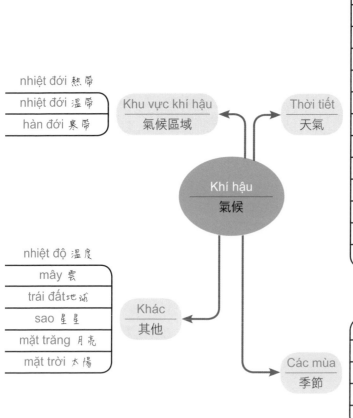

chóp 閃電
sấm 打雷
tuyết rơi 下雪
sương mù 霧
cầu vồng 彩虹
râm mát 陰涼
gió 風
bão 颱風
mưa 下雨
nắng 晴天
khô hạn 乾燥
ẩm ướt 潮溼
lạnh 冷
nóng bức 悶熱
mát mẻ 涼快

nhiệt đới 熱帶
nhiệt đới 溫帶
hàn đới 寒帶

Khu vực khí hậu
氣候區域

Thời tiết
天氣

Khí hậu
氣候

nhiệt độ 溫度
mây 雲
trái đất 地球
sao 星星
mặt trăng 月亮
mặt trời 太陽

Khác
其他

Các mùa
季節

mùa xuân 春天
mùa hè 夏天
mùa thu 秋天
mùa đông 冬天
mùa khô 乾季
mùa mưa 雨季

MP3

Hội thoại ｜ 會話

A：Thời tiết mùa đông ở Việt Nam có lạnh như ở Đài Loan không em?

越南的冬天有像台灣那麼冷嗎？

B：Mùa đông ở miền bắc Việt Nam thì cũng rất lạnh, giống như Đài Loan, nhưng miền nam thì không lạnh.

北越的冬天也很冷，跟台灣一樣，但南越就不冷。

A : Tại sao miền nam lại không lạnh?

為什麼南越不冷呢？

B : Vì miền nam Việt Nam thuộc khí hậu nhiệt đới, chỉ có mùa khô và mùa mưa, nhiệt độ quanh năm ổn định.

因南越屬熱帶氣候，只有乾季跟雨季，整年的溫度比較穩定。

Từ vựng và câu ngắn thường dùng ｜ 詞彙與常用短句

1 Thời tiết 天氣

Từ vựng 詞彙	Câu ngắn thường dùng 常用短句
chớp 閃電	Mùa hè khi mưa rào thường hay có sấm chớp. 夏天，下大雨時都會有閃電與打雷。
sấm 打雷	Trẻ con rất sợ sấm. 小朋友很害怕打雷。
tuyết rơi 下雪	Tôi chưa bao giờ được nhìn thấy tuyết rơi. 我從來沒有看下雪。

Từ vựng 詞彙	Câu ngắn thường dùng 常用短句
sương mù 霧	Buổi sáng thường có sương mù. 早晨常有霧。
cầu vồng 彩虹	Cầu vồng thường xuất hiện sau cơn mưa. 下雨之後常出現彩虹。
râm mát 陰涼	Hôm nay trời thật râm mát. 今天天氣好陰涼。
gió 風	Ở đây gió to quá. 這裡風太大了。
bão 颱風	Ở Việt Nam vào tháng 7 và tháng 8 thường hay có bão. 越南7-8月份很常有颱風。
mưa 下雨	Nếu trời mưa tôi sẽ không đi ra ngoài nữa. 如果下雨我就不出去了。
nắng 晴天	Dự báo thời tiết hôm nay trời sẽ nắng. 天氣預報今天會是晴天。
khô hạn 乾燥	Mùa đông ở Hà Nội lạnh và khô hạn. 河內的冬天又冷又乾燥。
ẩm ướt 潮溼	Thời tiết ẩm ướt rất khó chịu. 天氣潮溼很不舒服。
lạnh 冷	Mùa đông năm nay lạnh tới mức dưới 10 độ C. 今年的冬天冷到10度以下。
nóng bức 悶熱	Tháng 5 tháng 6 là thời điểm nóng bức nhất trong năm. 5-6月是整年最熱的時候。
mát mẻ 涼快	Thời tiết mùa thu rất mát mẻ. 秋天的天氣很涼快。

2 Các mùa 季節

Từ vựng 詞彙	Câu ngắn thường dùng 常用短句
mùa xuân 春天	Mùa xuân là mùa của lễ hội. 春天是節日的季節。
mùa hè 夏天	Mùa hè chúng tôi dự định đi biển nghỉ mát. 夏天我們打算去海邊度假。
muà thu 秋天	Mùa thu cảnh vật rất lãng mạn. 秋天景象很浪漫。
muà đông 冬天	Bạn gái tôi muốn mùa đông đi Nhật Bản ngắm tuyết rơi. 我女朋友想要冬天去日本看下雪。
mùa khô 乾季	Miền nam Việt Nam chỉ có mùa khô và mùa mưa. 南越只有雨季跟乾季。
mùa mưa 雨季	Vào mùa mưa ở đây thường hay có lũ lụt. 雨季這裡常發生水災。

3 Khu vực khí hậu 氣候區域

Từ vựng 詞彙	Câu ngắn thường dùng 常用短句
hàn đới 寒帶	Các nước hàn đới có khí hậu vô cùng khắc nghiệt. 寒帶國家的氣候非常惡劣。
ôn đới 溫帶	Thời tiết ôn đới thay đổi thất thường. 溫帶氣候常常會有變化。
nhiệt đới 熱帶	Miền nam Việt Nam thuộc thời tiết nhiệt đới. 南越屬於熱帶氣候。

4 Khác 其他

Từ vựng 詞彙	Câu ngắn thường dùng 常用短句
mặt trời 太陽	Tôi thích ngắm mặt trời mọc. 我喜歡看太陽剛出來的樣子。

Từ vựng 詞彙	Câu ngắn thường dùng 常用短句
mặt trăng 月亮	Mặt trăng tròn nhất vào những ngày rằm. 月亮在農曆15號時最圓。
sao 星星	Bầu trời đầy sao. 天空布滿星星。
trái đất 地球	Xin hãy bảo vệ trái đất của chúng ta. 請保護我們的地球。
mây 雲	Ngồi trên máy bay tôi có thể ngắm mây rất rõ. 坐在飛機上我可以看雲看得很清楚。
nhiệt độ 溫度	Nhiệt độ ngày hôm nay vào khoảng 20 độ C. 今天的溫度大概是20度。

Luyện tập | 練習

1. Chọn đáp án đúng. 選出正確答案。

① 下雨

    A. bão   B. nắng   C. mưa

② 冷

    A. nóng   B.lạnh   C. ẩm ướt

③ 颱風

    A. bão   B. gió   C. ẩm ướt

④ 熱帶

    A. hàn đới   B. nhiệt đới   C. ôn đới

⑤ 夏天

    A. mùa thu   B. mùa đông   C. mùa hè

MP3

2. Chọn và nối đáp án chính xác. 選出並連接正確答案。

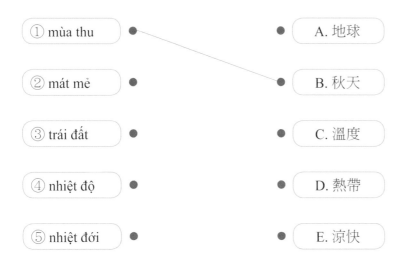

① mùa thu ●　　　　　　　　● A. 地球

② mát mẻ ●　　　　　　　　● B. 秋天

③ trái đất ●　　　　　　　　● C. 溫度

④ nhiệt độ ●　　　　　　　　● D. 熱帶

⑤ nhiệt đới ●　　　　　　　　● E. 涼快

3. Chọn đáp án đúng. 選出正確答案。

① _____ mọc phía đông.

　　A. Mặt trời　　　B. Mặt trăng　　　C. Sao

② _____ rất lạnh.

　　A. Mùa thu　　　B. Mùa hè　　　C. Mùa đông

③ _____ mùa hè tăng lên.

　　A. Nhiệt độ　　　B. Trái đất　　　C. Mặt trăng

④ Các nước _____ thường nóng

　　A.ôn đới　　　B. nhiệt đới　　　C. hàn đới

⑤ Những làn _____ trôi lơ lửng.

　　A. mây　　　B. mặt trăng　　　C. sao

Bài 2
單元二

Địa hình
地形

Sơ đồ tư duy | 心智圖

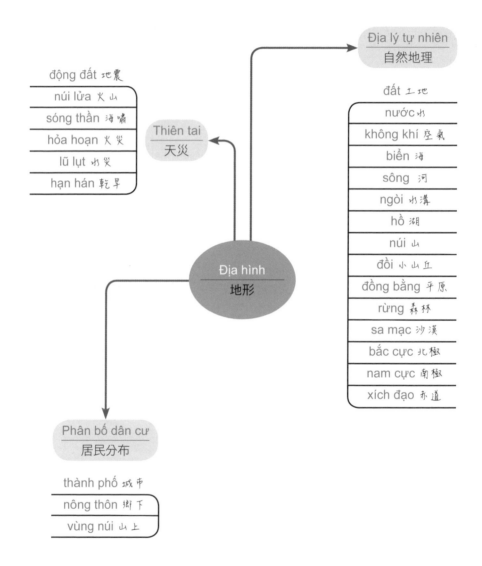

Địa lý tự nhiên
自然地理

động đất 地震
núi lửa 火山
sóng thần 海嘯
hỏa hoạn 火災
lũ lụt 水災
hạn hán 乾旱

Thiên tai
天災

Địa hình
地形

đất 土地
nước 水
không khí 空氣
biển 海
sông 河
ngòi 水溝
hồ 湖
núi 山
đồi 小山丘
đồng bằng 平原
rừng 森林
sa mạc 沙漠
bắc cực 北極
nam cực 南極
xích đạo 赤道

Phân bố dân cư
居民分布

thành phố 城市
nông thôn 鄉下
vùng núi 山上

Hội thoại ｜會話

A : Cuối tuần chúng ta đi leo núi đi.
週末我們一起去爬山吧。

B : Ý kiến hay. Mình rất thích lên núi hít thở không khí trong lành.
好主意。我很喜歡爬山，呼吸新鮮的空氣。

A : Mình cũng vậy. Thế nên cứ có thời gian rảnh là đi lên núi chơi và ăn gà đồi.
我也是，所以只要有時間就想去爬山與吃土雞。

B : Bạn thật là biết hưởng thụ.
你真會享受。

Từ vựng và câu ngắn thường dùng ｜詞彙與常用短句

1 Địa lý tự nhiên 自然地理

Từ vựng 詞彙	Câu ngắn thường dùng 常用短句
đất 土地	Đất đai nơi đây rất phì nhiêu. 這裡的土地很肥沃。
nước 水	Có thể rót giúp tôi một cốc nước không? 可以幫我倒一杯水嗎？

Từ vựng 詞彙	Câu ngắn thường dùng 常用短句
không khí 空氣	Trong thành phố không khí bị ô nhiễm nặng nề. 城市裡面空氣汙染很嚴重。
biển 海	Nhà tôi ngay gần biển. 我家靠近海。
sông 河	Con sông lớn ở miền nam Việt Nam gọi là sông Mê Kông. 南越最大的河叫湄公河。
ngòi 水溝	Nước ở con ngòi này rất bẩn. 這個水溝的水很髒。
hồ 湖	Bạn có đến qua hồ Hoàn Kiếm chưa? 你有來過環劍湖嗎？
núi 山	Chè trên núi A Lý Sơn rất nổi tiếng. 阿里山上的茶很有名。
đồi 小山丘	Nhà ngoại tôi nằm ở cạnh đồi. 我娘家在小山丘旁邊。
đồng bằng 平原	Đồng bằng là nơi tập trung nhiều cư dân. 平原是居住很多居民的地方。
rừng 森林	Tôi rất sợ đi vào rừng một mình. 我害怕一個人走進去森林。
sa mạc 沙漠	Khí hậu ở sa mạc rất nóng bức. 沙漠的氣候很悶熱。
bắc cực 北極	Nghe nói bắc cực rất lạnh. 聽說北極很冷。
nam cực 南極	Tôi chưa bao giờ đến nam cực. 我從來沒有來過南極。
xích đạo 赤道	Miền nam Việt Nam gần xích đạo. 南越接近赤道。

MP3

2 Phân bố dân cư 居民分布

Từ vựng 詞彙	Câu ngắn thường dùng 常用短句
thành phố 城市	Anh ấy sống ở thành phố. 他住在城市裡面。
nông thôn 鄉下	Tôi thích cuộc sống ở nông thôn. 我喜歡在鄉下的生活。
vùng núi 山上	Vùng núi có rất nhiều dân tộc thiểu số. 山上有很多原住民。

3 Thiên tai 天災

Từ vựng 詞彙	Câu ngắn thường dùng 常用短句
động đất 地震	Đài Loan hay có động đất. 台灣常有地震。
núi lửa 火山	Indonesia là nước có rất nhiều núi lửa. 印尼是有很多火山的國家。
lũ lụt 水災	Miền trung Việt Nam rất hay có lũ lụt. 中越常有水災。
sóng thần 海嘯	Nhật Bản vừa trải qua trận sóng thần khủng khiếp. 日本剛歷經可怕的海嘯。
hỏa hoạn 火災	Hình như phía trước có hỏa hoạn. 前面好像有火災。
hạn hán 乾旱	Nếu trời không mưa thì nơi này sẽ bị hạn hán. 如果沒有下雨這個地方會發生乾旱。

Luyện tập │ 練習

1. Chọn đáp án đúng. 選出正確答案。

① 台灣很常發生什麼？

　　A. động đất　　　B. sóng thần　　　C. núi lửa

② 台灣四周都是什麼？

　　A. sông　　　　　B. hồ　　　　　　C. biển

③ 阿里山是

　　A. đồi　　　　　 B. núi　　　　　　C. đồng bằng

④ 以下哪個地方氣候最冷？

　　A. sa mạc　　　　B. bắc cực　　　　C. xích đạo

⑤ 以下哪一種是我們每天都要喝的？

　　A. không khí　　　B. đất　　　　　　C. nước

2. Chọn và nối đáp án chính xác. 選出與連接正確答案。

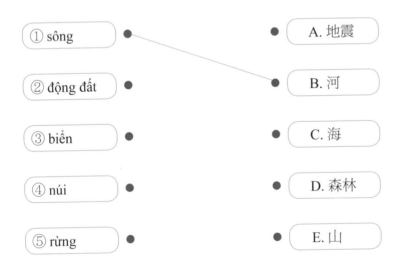

① sông	●		●	A. 地震
② động đất	●		●	B. 河
③ biển	●		●	C. 海
④ núi	●		●	D. 森林
⑤ rừng	●		●	E. 山

MP3

2：①B、②A、③C、④E、⑤D
1：①A、②C、③B、④B、⑤C
答案：

Bài 3

單元三

Động vật

動物

Sơ đồ tư duy | 心智圖

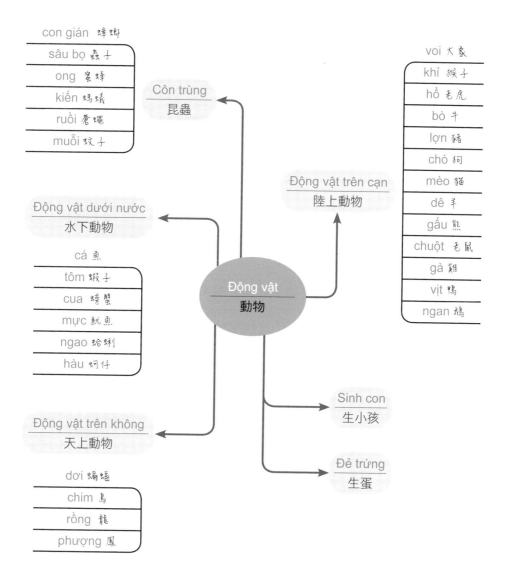

con gián 蟑螂
- sâu bọ 蟲子
- ong 蜜蜂
- kiến 螞蟻
- ruồi 蒼蠅
- muỗi 蚊子

Côn trùng
昆蟲

voi 大象
- khỉ 猴子
- hổ 老虎
- bò 牛
- lợn 豬
- chó 狗
- mèo 貓
- dê 羊
- gấu 熊
- chuột 老鼠
- gà 雞
- vịt 鴨
- ngan 鵝

Động vật trên cạn
陸上動物

Động vật dưới nước
水下動物

cá 魚
- tôm 蝦子
- cua 螃蟹
- mực 魷魚
- ngao 蛤蜊
- hàu 蚵仔

Động vật
動物

Động vật trên không
天上動物

dơi 蝙蝠
- chim 鳥
- rồng 龍
- phượng 鳳

Sinh con
生小孩

Đẻ trứng
生蛋

A : Nhìn chú chó đó thật dễ thương. Hình như bạn rất yêu động vật.

看這隻狗很可愛。你好像很喜歡動物。

B : Đúng rồi. Mình đã nuôi nó được 6 năm rồi. Nó rất ngoan.

對啊。我已經養牠6年了。牠很乖。

A : Mình trước cũng nuôi một chú chó màu trắng rất đẹp, sau đó bị ăn trộm mất rồi.

我之前也養一隻白色很漂亮的狗狗，後來被偷走了。

B : Hả, thật là đáng tiếc.

是哦，好可惜。

Từ vựng và câu ngắn thường dùng｜詞彙與常用短句

1 Động vật trên cạn 陸上動物

Từ vựng 詞彙	Câu ngắn thường dùng 常用短句
voi 大象	3 giờ chiều nay có biểu diễn xiếc voi. 下午三點有大象表演。
khỉ 猴子	Qủa chuối trên tay tôi bị khỉ cướp mất rồi. 我手上的香蕉被猴子搶走了。

Từ vựng 詞彙	Câu ngắn thường dùng 常用短句
hổ 老虎	Em có biết hát bài :" Hai con hổ" không? 你會唱「兩隻老虎」嗎？
bò 牛	Ở Ba Vì Hà Nội có nuôi rất nhiều bò sữa. 巴維在河內養很多母牛。
lợn / heo 豬	Món canh sườn lợn rất ngon. 豬肉排骨湯很好喝。
chó 狗	Chó là loài vật thông minh. 狗是聰明的動物。
mèo 貓	Hà Nội có quán cà phê mèo rất nổi tiếng. 河內有知名的貓咪咖啡廳。
dê 羊	Thịt dê là đặc sản của Ninh Bình. 羊肉是寧平省的特產。
gấu 熊	Tôi chưa bao giờ nhìn thấy gấu. 我從來沒有看過熊。
chuột 老鼠	Bạn gái tôi rất sợ chuột. 我女朋友很害怕老鼠。
gà 雞	Quán này bán lẩu gà rất ngon. 這家餐廳的雞肉火鍋很好吃。
vịt 鴨	Rất nhiều du khách nước ngoài không dám ăn món trứng vịt lộn. 很多外國遊客不敢吃鴨仔蛋。
ngan 鵝	Nhà tôi nuôi rất nhiều ngan. 我家養很多鵝。
sinh con 生小孩	Con bò này vừa sinh con xong. 這隻牛剛生完小孩。
đẻ trứng 生蛋	Tôi vừa thấy gà đẻ trứng. 我剛看到雞生蛋。

Từ vựng 詞彙	Câu ngắn thường dùng 常用短句
dơi 蝙蝠	Dơi là động vật sống về đêm. 蝙蝠是夜生活的動物。
chim 鳥	Mỗi sáng tôi đều bị đánh thức bởi tiếng chim hót. 每天早上我都被鳥叫聲叫醒。
rồng 龍	Nghe nói rồng là có thật. 聽說真的有龍。
phượng hoàng 鳳凰	Phượng hoàng là biểu tượng của may mắn hạnh phúc. 鳳凰是吉祥幸福的一種象徵。

3 **Động vật dưới nước** 水下動物

Từ vựng 詞彙	Câu ngắn thường dùng 常用短句
cá 魚	Trẻ con ăn nhiều cá sẽ thông minh. 小孩多吃魚會變聰明。
tôm 蝦子	Có thời gian rảnh là chúng tôi đi câu tôm. 有時間我們就去釣蝦。
cua 螃蟹	Loại cua này bao nhiêu tiền một cân? 這種螃蟹1公斤多少錢？
mực 魷魚	Cho tôi một đĩa mực xào. 給我一盤炒魷魚。
ngao 蛤蜊	Tôi gọi món canh ngao nấu mướp. 我點蛤蜊絲瓜湯。
hàu 蚵仔	Hàu chiên là món ăn nổi tiếng ở Đài Nam. 蚵仔煎是台南知名的小吃。

MP3

4 **Côn trùng** 昆蟲

Từ vựng 詞彙	Câu ngắn thường dùng 常用短句
muỗi 蚊子	Tôi bị muỗi đốt. 我被蚊子叮。
ruồi 蒼蠅	Ở đây nhiều ruồi quá. 這裡好多蒼蠅。
kiến 螞蟻	Thức ăn ngọt sẽ thu hút kiến đến. 甜的食物會吸引螞蟻來。
ong 蜜蜂	Cẩn thận kẻo bị ong đốt. 小心被蜜蜂叮。
sâu 蟲子	Rửa rau anh phải nhìn kỹ xem có sâu không nhé. 洗菜你要仔細看有沒有蟲子哦。
con gián 蟑螂	Ôi, có con gián kìa! 啊，有蟑螂！

Luyện tập | 練習

1. Chọn đáp án đúng. 選出正確答案。

① bò

    A. 羊   B. 牛   C. 狗

② gà

    A. 雞   B. 鳥   C. 鴨

③ cá

    A. 螃蟹   B. 蝦子   C. 魚

④ muỗi

    A. 蒼蠅   B. 蚊子   C. 螞蟻

⑤ ong

    A. 蜜蜂   B. 蟑螂   C. 蟲子

2. Chọn và nối đáp án chính xác. 選出與連接正確答案。

① vịt ●   ● A. 蒼蠅

② ruồi ●   ● B. 鴨

③ sinh con ●   ● C. 生蛋

④ đẻ trứng ●   ● D. 魷魚

⑤ mực ●   ● E. 生小孩

MP3

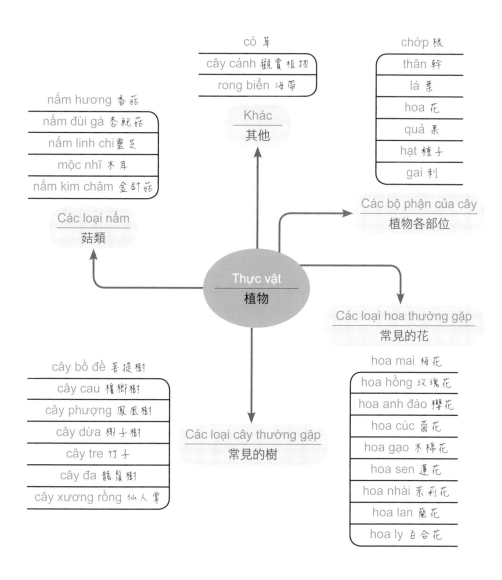

Sơ đồ tư duy | 心智圖

cỏ 草
- cây cảnh 觀賞植物
- rong biển 海帶

chóp 根
- thân 幹
- lá 葉
- hoa 花
- quả 果
- hạt 種子
- gai 刺

nấm hương 香菇
- nấm đùi gà 杏鮑菇
- nấm linh chi 靈芝
- mộc nhĩ 木耳
- nấm kim châm 金針菇

Khác
其他

Các loại nấm
菇類

Các bộ phận của cây
植物各部位

Thực vật
植物

Các loại hoa thường gặp
常見的花

hoa mai 梅花
- hoa hồng 玫瑰花
- hoa anh đào 櫻花
- hoa cúc 菊花
- hoa gạo 木棉花
- hoa sen 蓮花
- hoa nhài 茉莉花
- hoa lan 蘭花
- hoa ly 白合花

cây bồ đề 菩提樹
- cây cau 檳榔樹
- cây phượng 鳳凰樹
- cây dừa 椰子樹
- cây tre 竹子
- cây đa 龍鬚樹
- cây xương rồng 仙人掌

Các loại cây thường gặp
常見的樹

Hội thoại │ 會話

A : Trong vườn nhà chị trồng nhiều cây cảnh đẹp quá.
你家的院子種好多好好看的樹。

B : Ừ, vì bố chị rất thích chơi cây cảnh, ví dụ như hoa lan, xương rồng, hoa cúc....
是啊，因為我爸爸很喜歡觀賞樹。

A : Em cũng rất thích chơi cây cảnh. Cảm giác không khí thật trong lành và được hòa mình vào thiên nhiên.
我也很喜歡。感覺空氣很好，還可以跟大自然在一起。

B : Giống chị rồi, anh cũng vậy.
跟我一樣，我也是。

Từ vựng và câu ngắn thường dùng │ 詞彙與常用短句

1 Các bộ phận của cây 植物各部位

Từ vựng 詞彙	Câu ngắn thường dùng 常用短句
rễ 根	Rễ cây là bộ phận rất quan trọng. 樹根是很重要的部位。
thân 幹	Thân loài cây này rất thẳng. 這種樹幹很直。
lá 葉	Tôi thích đi Nhật ngắm cây lá đỏ. 我喜歡去日本看紅葉。

 MP3

Từ vựng 詞彙	Câu ngắn thường dùng 常用短句
hoa 花	Loài hoa này mọc ở khắp nơi. 這種花隨處可見。
quả 果	Loại quả này không được ăn. 這種果不能吃。
hạt 種子	Hạt giống cây này rất hiếm. 這顆種子很少見。
gai 刺	Loài cây này rất nhiều gai. 這種樹很多刺。

2 Các loại hoa thường gặp 常見的花

Từ vựng 詞彙	Câu ngắn thường dùng 常用短句
hoa mai 梅花	Ở Việt Nam cứ gần tết đến là có bán rất nhiều hoa mai. 在越南快到過年就有賣很多梅花。
hoa hồng 玫瑰花	Anh ấy tặng tôi một bó hoa hồng. 他送我一束玫瑰花。
hoa anh đào 櫻花	Hoa anh đào là biểu tượng của Nhật Bản. 櫻花是日本的國花。
hoa cúc 菊花	Xin hỏi chậu hoa cúc này bao nhiêu tiền? 請問這盆菊花多少錢？
hoa gạo 木棉花	Hoa gạo nở vào tháng 3 hàng năm. 木棉花開在每年三月份。
hoa sen 蓮花	Con gái Việt Nam thích mặc áo dài cầm hoa sen. 越南女生喜歡穿國服手拿蓮花。
hoa nhài 茉莉花	Trong vườn trồng rất nhiều hoa nhài. 園子裡種很多茉莉花。
hoa lan 蘭花	Loại hoa lan này có tên là Hồ Điệp. 這種蘭花叫蝴蝶蘭。
hoa ly 百合花	Vào dịp tết mọi người hay để hoa ly trong nhà. 過年的時候大家家裡常放百合花。

Từ vựng 詞彙	Câu ngắn thường dùng 常用短句
cây bồ đề 菩提樹	Trong ngôi chùa này trồng rất nhiều cây bồ đề. 在這間廟裡面種很多菩提樹。
cây cau 檳榔樹	Cây cau được trồng nhiều ở Bình Đông. 檳榔樹在屏東種很多。
cây phượng 鳳凰樹	Kia có phải là cây phượng không? 那是鳳凰樹嗎？
cây dừa 椰子樹	Cây dừa này rất sai quả. 這棵椰子樹結很多椰子。
cây tre 竹子	Nhắc đến cây tre là nhắc tới nông thôn Việt Nam. 提到竹子就要提到越南鄉村。
cây đa 龍血樹	Cây đa này đã hơn trăm tuổi rồi. 這棵龍血樹已經一百多歲了。
cây xương rồng 仙人掌	Cây xương rồng kia rất nhiều gai. 那棵仙人掌很多刺。

4 Các loại nấm 菇類

Từ vựng 詞彙	Câu ngắn thường dùng 常用短句
nấm hương 香菇	Loại nấm hương này được nhập từ Trung Quốc. 這種香菇從大陸來的。
nấm đùi gà 杏鮑菇	Xin hỏi quầy bán nấm đùi gà ở đâu? 請問哪裡有賣杏鮑菇？
nấm linh chi 靈芝	Nấm linh chi rất đắt. 靈芝很貴。
mộc nhĩ 木耳	Mộc nhĩ rất giàu dinh dưỡng. 木耳很營養。
nấm kim châm 金針菇	Nấm kim châm không thể thiếu khi ăn lẩu. 吃火鍋時不能沒有金針菇。

5 **Khác** 其他

Từ vựng 詞彙	Câu ngắn thường dùng 常用短句
cỏ 草	Loại cỏ này là cỏ gì? 這是什麼草？
cây cảnh 觀賞植物	Cây cảnh này có tên gọi là gì? 這棵觀賞植物叫什麼名字？
rong biển 海帶	Người Đài Loan hay ăn món canh trứng rong biển. 台灣人常喝海帶蛋花湯。

Luyện tập | 練習

1. **Chọn đáp án đúng.** 選出正確答案。

① 葉

    A. hoa   B. lá   C. rễ

② 果

    A. quả   B. thân   C. hạt

③ 蓮花

    A. hoa sen   B. hoa hồng   C. hoa nhài

④ 椰子樹

    A. cây cau   B. cây dừa   C. cây đa

⑤ 海帶

    A. cây cảnh   B. nấm   C. rong biển

2. Chọn và nối đáp án chính xác. 選出與連接正確答案。

① hoa hồng   •   •   A. 檳榔樹

② nấm hương   •   •   B. 玫瑰花

③ cây cau   •   •   C. 花

④ hoa   •   •   D. 果

⑤ quả   •   •   E. 香菇

節慶

單元一
Tết truyền
thống
傳統節日

單元二
Các ngày lễ
tết khác
其他節日

Tết truyền thống
傳統節日

Sơ đồ tư duy | 心智圖

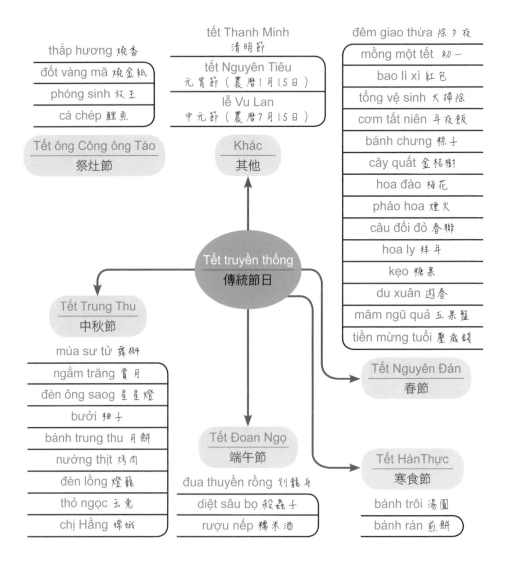

tết Thanh Minh
清明節

tết Nguyên Tiêu
元宵節（農曆1月15日）

lễ Vu Lan
中元節（農曆7月15日）

thắp hương 燒香

đốt vàng mã 燒金紙

phóng sinh 放生

cá chép 鯉魚

Tết ông Công ông Táo
祭灶節

Khác
其他

đêm giao thừa 除夕夜

mồng một tết 初一

bao lì xì 紅包

tổng vệ sinh 大掃除

cơm tất niên 年夜飯

bánh chưng 粽子

cây quất 金桔樹

hoa đào 梅花

pháo hoa 煙火

câu đối đỏ 春聯

hoa ly 拜年

kẹo 糖果

du xuân 遊春

mâm ngũ quả 五果盤

tiền mừng tuổi 壓歲錢

Tết truyền thống
傳統節日

Tết Trung Thu
中秋節

múa sư tử 舞獅

ngắm trăng 賞月

đèn ông saog 星星燈

bưởi 柚子

bánh trung thu 月餅

nướng thịt 烤肉

đèn lồng 燈籠

thỏ ngọc 玉兔

chị Hằng 嫦娥

Tết Đoan Ngọ
端午節

đua thuyền rồng 划龍舟

diệt sâu bọ 殺蟲子

rượu nếp 糯米酒

Tết Nguyên Đán
春節

Tết HànThực
寒食節

bánh trôi 湯圓

bánh rán 煎餅

 MP3

Hội thoại｜會話

A : Sắp đến tết rồi, nhà chị đã chuẩn bị gì chưa?

快過年了，你家準備了什麼呢？

B : Mấy hôm nay chị bận quá, đến cuối tuần đi chợ thì tiện sắm sửa một thể. Nhà em bao giờ gói bánh chưng?

我這幾天忙翻了，週末去市場順便買。你家什麼時候包粽子？

A : Nhà em đã mua gạo nếp, đỗ, lá hết rồi. Đến thứ sáu thì gói bánh.

我已經買好糯米、綠豆、葉子了。到禮拜五就來包粽子。

B : Năm nay em định mua đào hay quất để ở nhà?

今年你想買櫻花還是金桔樹放在家裡呢？

A : Em muốn mua cả hai. Cuối tuần chị có thời gian thì đi xem hoa đào cùng em nhé.

我兩個都想買。週末你有時間陪我一起去看櫻花喔！

Từ vựng và câu ngắn thường dùng │ 詞彙與常用短句

1 Tết Nguyên Đán 春節（農曆1月1日）

Từ vựng 詞彙	Câu ngắn thường dùng 常用短句
đêm giao thừa 除夕夜	Tối nay là đêm giao thừa rồi. 今天晚上是除夕夜了。
mồng một tết 初一	Mồng một tết chúng ta phải đến nhà bà nội chúc tết. 初一我們要到奶奶家拜年。
bao lì xì 紅包	Trong những bao lì xì này đều có tiền mừng tuổi. 在這些紅包裡面都有壓歲錢。
tổng vệ sinh 大掃除	Thứ bảy tuần này chúng ta phải tổng vệ sinh nhà cửa. 這個禮拜六我們要大掃除了。
cơm tất niên 年夜飯	Tôi và mẹ đang chuẩn bị nấu cơm tất niên. 我跟媽媽在準備煮年夜飯。
bánh chưng 粽子	Nhà bạn chuẩn bị gói bánh chưng chưa? 你家準備包粽子了嗎？
cây quất 金桔樹	Cây quất này bao nhiêu tiền? 這顆金桔樹多少錢？
hoa đào 梅花	Chậu hoa đào này rất đẹp. 這盆梅花很好看。
pháo hoa 煙火	Giao thừa ở đâu có bắn pháo hoa? 除夕夜在哪裡有放煙火？
câu đối đỏ 春聯	Dán câu đối đỏ trước cửa nhà sẽ đem lại nhiều may mắn. 在門口前貼春聯會帶來好運。
chúc tết 拜年	Năm mới chúng tôi thường đi tới nhà họ hàng để chúc tết. 過年我們常到親戚家拜年。

MP3

Từ vựng 詞彙	Câu ngắn thường dùng 常用短句
kẹo 糖果	Mời anh ăn kẹo. 請你吃糖果。
du xuân 遊春	Năm mới mọi người ai cũng ăn mặc đẹp để đi du xuân. 過年大家都穿漂漂亮亮去遊春。
tiền mừng tuổi 壓歲錢	Trẻ con rất thích tiền mừng tuổi. 小朋友很喜歡壓歲錢。
mâm ngũ quả 五果盤	Năm mới trên bàn thờ tổ tiên thường có mâm ngũ quả. 過年在祖宗供桌都有五果盤。

04 Lễ tết 節慶

2 Tết Hàn Thực 寒食節（農曆3月3日）

Từ vựng 詞彙	Câu ngắn thường dùng 常用短句
bánh trôi 湯圓	Tết hàn thực người Việt Nam thường ăn bánh trôi. 寒食節越南人常吃湯圓。
bánh rán 煎餅	Bánh rán là món ăn vặt phổ biến ở Việt Nam. 煎餅是越南的普通小吃。

3 Tết Đoan Ngọ 端午節（農曆5月5日）

Từ vựng 詞彙	Câu ngắn thường dùng 常用短句
đua thuyền rồng 划龍舟	Tết Đoan Ngọ ở Đài Loan thường tổ chức đua thuyền rồng. 端午節在台灣常舉辦划龍舟比賽。
diệt sâu bọ 殺蟲子	Tết Đoan Ngọ hay còn có tên gọi khác là tết diệt sâu bọ. 端午節還有其他的名字叫「殺蟲子節」。
rượu nếp 糯米酒	Tôi mới chỉ uống qua món rượu nếp một lần. 我才喝過一次糯米酒。

單元一 ▶▶ 傳統節日　109

Từ vựng 詞彙	Câu ngắn thường dùng 常用短句
chị Hằng 嫦娥	Hồi nhỏ bà nội thường kể chuyện cho tôi về chị Hằng trên cung trăng. 小時候奶奶常跟我講嫦娥在月亮上的故事。
thỏ ngọc 玉兔	Thỏ ngọc là một chú thỏ màu trắng trong truyền thuyết Hằng Nga. 玉兔在嫦娥傳説中是一隻白色兔子。
đèn lồng 燈籠	Hội An là nơi sản xuất ra nhiều loại đèn lồng. 惠安是生產很多燈籠的地方.
nướng thịt 烤肉	Tết trung thu người Đài Loan hay nướng thịt. 中秋節台灣人常烤肉。
bánh trung thu 月餅	Bánh trung thu của Việt Nam không giống với Đài Loan. 越南的月餅跟台灣不一樣。
bưởi 柚子	Loại bưởi này vừa to vừa ngọt. 這種柚子又大又甜。
đèn ông sao 星星燈	Vào dịp trung thu trẻ em Việt Nam thích rước đèn ông sao. 到中秋節越南小朋友喜歡玩星星燈
ngắm trăng 賞月	Hôm nay trăng thật tròn, chúng ta cùng nhau đi ngắm trăng nhé. 今天月亮好圓，我們一起去賞月吧。
múa sư tử 舞獅	Khai trương cửa hàng, ông chủ tôi có mời một đội múa sư tử đến biểu diễn. 商店開張時，我老闆有請舞獅團來表演。

5 **Tết ông Công ông Táo** 祭灶節（農曆12月23日）

Từ vựng 詞彙	Câu ngắn thường dùng 常用短句
cá chép 鯉魚	Cá chép là một loài cá nước ngọt. 鯉魚是淡水魚。
phóng sinh 放生	Phóng sinh là một nghi lễ truyền thống trong phật giáo. 放生是佛教的傳統儀式。
đốt vàng mã 燒金紙	Đốt vàng mã nhiều sẽ gây ảnh hưởng đến môi trường. 燒金紙燒太多會影響環保。
thắp hương 燒香	Đi chùa lễ phật tôi thường thắp hương. 去廟裡拜佛時我常會燒香。

6 **Khác** 其他

Từ vựng 詞彙	Câu ngắn thường dùng 常用短句
tết Thanh Minh 清明節	Tết Thanh Minh người Hoa có phong tục đi tảo mộ. 清明節華人有掃墓的習俗。
tết Nguyên Tiêu 元宵節（農曆1月15日）	Tết Nguyên Tiêu chúng tôi đi lễ chùa. 元宵節我們去廟裡拜拜。
lễ Vu Lan 中元節（農曆7月15日）	Lễ Vu Lan diễn ra vào ngày 15 tháng 7 âm lịch hàng năm. 中元節在每年的農曆7月15日。

Luyện tập │ 練習

1. Chọn đáp án đúng. 選出正確答案。

① 在越南哪個節日會包粽子？

    A. tết Hàn Thực   B. tết Nguyên Đán   C. tết Đoan Ngọ

② 在越南哪個節日會吃湯圓？

    A. tết Nguyên Tiêu   B. tết Hàn Thực   C. tết Đoan Ngọ

③ 在越南哪個節日會玩星星燈？

    A. tết Nguyên Đán   B.tết Thanh Minh   C .tết Trung Thu

④ 下面哪一個單字是指除夕夜呢？

    A. đêm giao thừa   B. mồng một tết   C. cơm tất niên

⑤ 越南過年和台灣過年最不一樣的習俗是？

    A. bao lì xì   B. tổng vệ sinh   C. gói bánh chưng

2. Chọn và nối đáp án chính xác. 選出與連接正確答案。

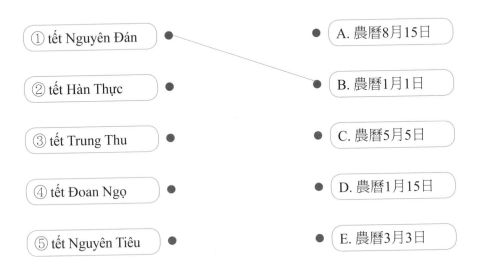

① tết Nguyên Đán	A. 農曆8月15日
② tết Hàn Thực	B. 農曆1月1日
③ tết Trung Thu	C. 農曆5月5日
④ tết Đoan Ngọ	D. 農曆1月15日
⑤ tết Nguyên Tiêu	E. 農曆3月3日

答案：
1：①B、②B、③C、④A、⑤C
2：①B、②E、③A、④C、⑤D

Bài 2
單元二

Các ngày lễ tết khác
其他節日

04

節慶
Lễ tết

Sơ đồ tư duy ｜ 心智圖

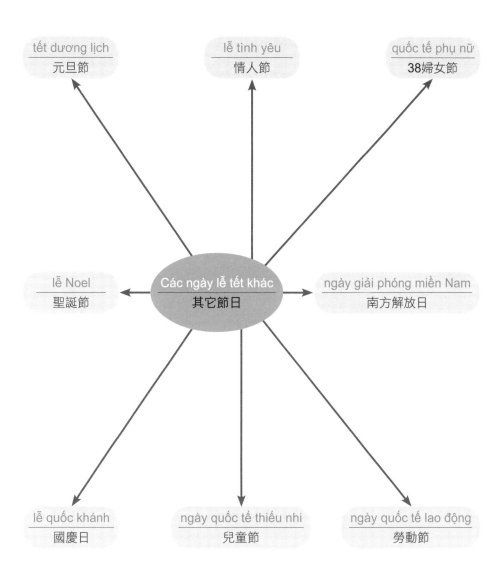

tét dương lịch
元旦節

lễ tình yêu
情人節

quốc tế phụ nữ
38婦女節

lễ Noel
聖誕節

Các ngày lễ tết khác
其它節日

ngày giải phóng miền Nam
南方解放日

lễ quốc khánh
國慶日

ngày quốc tế thiếu nhi
兒童節

ngày quốc tế lao động
勞動節

A : Anh biết thứ bảy tuần này là ngày gì không?
你知道這禮拜六是什麼日子嗎？

B : Thứ bảy tuần này? Thì là cuối tuần.
這禮拜六？就是週末啊。

A : Anh đúng là...chẳng quan tâm người ta gì cả. Thứ bảy tuần này là Valentine.
你真是……都不關心人家。這禮拜六是情人節。

B : Haha, anh biết mà nên anh sẽ có bất ngờ cho em.
哈哈，我知道，所以我會給你一個驚喜！

A : Ghét anh!
討厭！

MP3

Từ vựng và câu ngắn thường dùng | 詞彙與常用短句

Các ngày lễ tết khác 其他節日

Từ vựng 詞彙	Câu ngắn thường dùng 常用短句
tết dương lịch 元旦節（1月1日）	Tết dương lịch chúng tôi được nghỉ làm hai ngày. 元旦節我們放假兩天。
lễ tình yêu 情人節（2月14日）	Lễ tình yêu anh sẽ tặng gì cho bạn gái? 情人節你會送女朋友什麼禮物？
quốc tế phụ nữ 38 婦女節（3月8日）	Ở Việt Nam ngày quốc tế phụ nữ hoa được bán rất nhiều nơi. 在越南38婦女節到處都有賣花。
ngày giải phóng miền Nam 南方解放日（4月30日）	Ngày giải phóng miền nam của Việt Nam là ngày 30 tháng 4. 越南南方解放日是4月30日。
ngày quốc tế lao động 勞動節（5月1日）	Ngày quốc tế lao động chúng ta không phải đi làm. 國際勞動節我們不用去上班。
ngày quốc tế thiếu nhi 兒童節（6月1日）	Ngày quốc tế thiếu nhi là ngày của trẻ nhỏ. 兒童節是小朋友的日子。
lễ quốc khánh 國慶節（9月2日）	Lễ quốc khánh thường có diễu hành ở quảng trường Ba Đình. 國慶節在巴婷廣場有遊行。
lễ Noel 聖誕節（12月24日）	Lễ noel vui vẻ. 聖誕節快樂。

1. Chọn và nối đáp án chính xác. 選出與連接正確答案。

① tết dương lịch ●		● A. 9月2日
② ngày giải phóng miền Nam ●		● B. 1月1日
③ lễ quốc khánh ●		● C. 3月8日
④ lễ tình yêu ●		● D. 4月30日
⑤ quốc tế phụ nữ ●		● E. 2月14日

MP3

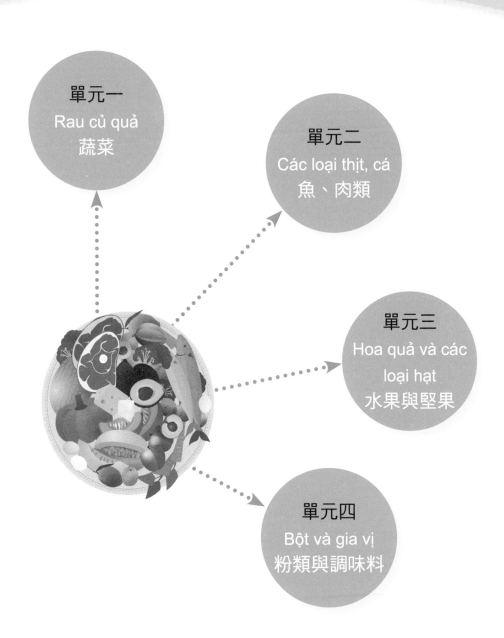

Chương
05
第五章

Thực phẩm
食品

單元一
Rau củ quả
蔬菜

單元二
Các loại thịt, cá
魚、肉類

單元三
Hoa quả và các
loại hạt
水果與堅果

單元四
Bột và gia vị
粉類與調味料

Rau củ quả
蔬菜

Sơ đồ tư duy | 心智圖

cải bắp 高麗菜
rau muống 空心菜
rau xà lách 萵苣
cải xoăn 芥藍
rau chân vịt 菠菜
rau dền 莧菜
rau cần tây 芹菜
rau cải trắng 大白菜
rau mồng tơi 落葵
rau cải thìa 小白菜

Các loại rau bằng lá
葉菜類蔬菜

măng tây 蘆筍
măng 竹筍
hành tây 洋蔥
khoai môn 芋頭
gừng 薑
tỏi 大蒜
khoai tây 馬鈴薯
nấm hương 香菇
củ cải trắng 白蘿蔔
su hào 大頭菜
cà rốt 胡蘿蔔

Các loại rau bằng rễ
莖菜類蔬菜

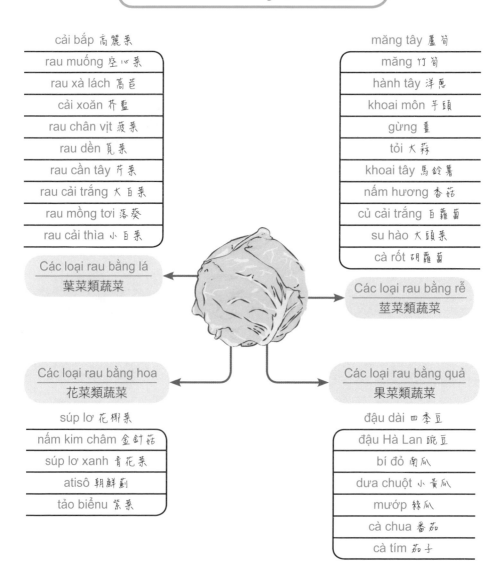

Các loại rau bằng hoa
花菜類蔬菜

súp lơ 花椰菜
nấm kim châm 金針菇
súp lơ xanh 青花菜
atisô 朝鮮薊
tảo biển 紫菜

Các loại rau bằng quả
果菜類蔬菜

đậu dài 四季豆
đậu Hà Lan 豌豆
bí đỏ 南瓜
dưa chuột 小黃瓜
mướp 絲瓜
cà chua 番茄
cà tím 茄子

Từ vựng và câu ngắn thường dùng | 詞彙與常用短句

1 **Các loại rau bằng lá** 葉菜類蔬菜

Từ vựng 詞彙	Câu ngắn thường dùng 常用短句
cải bắp 高麗菜	Chị ơi, tôi muốn mua hai cái cải bắp. 老闆娘，我想買兩顆高麗菜。
rau muống 空心菜	Bạn mua bó rau muống này bao nhiêu tiền vậy? 你買這把空心菜多少錢？
rau xà lách 萵苣	Trước khi ăn rau xà lách sống phải rửa thật sạch. 萵苣生吃前要清洗乾淨。
cải xoăn 芥藍	Ở Hà Nội không có bán cải xoăn. 在河內沒有在賣芥藍菜。
rau chân vịt 菠菜	Rau chân vịt rất tốt cho sức khỏe. 菠菜有利於健康。
rau dền 莧菜	Năm nay mẹ tôi trồng rất nhiều rau dền. 我媽媽今年種很多莧菜。
rau cần tây 芹菜	Anh mua giúp em một bó rau cần tây nhé. 你幫我買一把芹菜喔！
rau cải trắng 大白菜	Rau cải trắng mùa này ăn rất ngon. 這個季節的大白菜很好吃。
rau mồng tơi 落葵	Đại đa số người Đài Loan không thích ăn rau mồng tơi. 大部分台灣人不喜歡吃落葵菜。
rau cải thìa 小白菜	Chị gái tôi hôm nay mua rất nhiều rau cải thìa. 我姊姊今天買很多小白菜。

2 Các loại rau bằng rễ 莖菜類蔬菜

Từ vựng 詞彙	Câu ngắn thường dùng 常用短句
măng tây 蘆筍	Măng tây ở Đài Loan ngon hơn ở Việt Nam. 台灣的蘆筍比越南的好吃。
măng 竹筍	Măng là thực phẩm phổ biến ở Việt Nam. 竹筍是越南最受歡迎的食物。
hành tây 洋蔥	Con ra chợ mua hành tây cho mẹ nhé! 你去市場幫媽媽買洋蔥喔！
khoai môn 芋頭	Nhớ đừng nấu khoai môn quá nhừ nhé! 記得芋頭不要煮得太爛喔！
gừng 薑	Nấu canh nên bỏ mấy lát gừng vào nhé. 煮湯時應放一些薑片。
tỏi 大蒜	Làm thế nào để bảo quản tỏi? 如何保存大蒜？
khoai tây 馬鈴薯	Người Hàn Quốc rất thích ăn khoai tây. 韓國人很喜歡吃馬鈴薯。
nấm hương 香菇	Nấm hương chứa lượng calo rất thấp. 香菇的熱量很低。
củ cải trắng 白蘿蔔	Hiện nay củ cải trắng được trồng và sử dụng trên khắp thế giới. 現在白蘿蔔在全世界種植，並在世界各地使用。
cà rốt 胡蘿蔔	Mỗi ngày tôi đều uống một cốc sinh tố cà rốt. 我每天都喝一杯胡蘿蔔汁。
su hào 大頭菜 （球莖甘藍）	Su hào ở đây không ngon lắm. 這裡的大頭菜不太好吃。

3　Các loại rau bằng hoa 花菜類蔬菜

Từ vựng 詞彙	Câu ngắn thường dùng 常用短句
súp lơ 花椰菜	Súp lơ có tác dụng chống ung thư. 花椰菜具有抗癌的效果。
nấm kim châm 金針菇	Nấm kim châm rất hữu ích cho người già, người bị huyết áp cao. 金針菇對老年人、高血壓患者都非常有幫助。
súp lơ xanh 青花菜	Súp lơ xanh thường được chế biến bằng cách luộc hoặc hấp. 青花菜透過煮沸或蒸煮的方式來烹飪。
atisô 朝鮮薊	Atisô có nhiều lợi ích đối với sức khỏe như phòng ngừa ung thư, bệnh tim… 朝鮮薊有助於健康，如預防癌症，心臟疾病……。
tảo biển 紫菜	Năm ngoái anh ấy đi Nhật đem về 2 kg tảo biển. 去年他去日本帶了2公斤紫菜回來。

4　Các loại rau bằng quả 果菜類蔬菜

Từ vựng 詞彙	Câu ngắn thường dùng 常用短句
đậu dài 四季豆	Mua một cân đậu dài về để xào nhé. 買一斤四季豆回來炒吧？
đậu Hà Lan 豌豆	Đậu Hà Lan nên chế biến như thế nào? 如何烹飪處理碗豆？
bí đỏ 南瓜	Tôi thường hầm xương với bí đỏ cho cả nhà. 我常常為全家燉排骨南瓜湯。
mướp 絲瓜	Mướp có công dụng làm đẹp da, chống nhăn da. 絲瓜有助於美化肌膚、抗皺。
dưa chuột 小黃瓜	Dưa chuột làm nộm chua ngọt hoặc xào đều rất ngon. 小黃瓜用涼拌或熱炒都很好吃。

Từ vựng 詞彙	Câu ngắn thường dùng 常用短句
cà chua 番茄	Cà chua năm nay xuất khẩu sang Mỹ với lượng hàng rất lớn. 今年番茄大量出口到美國。
cà tím 茄子	Cà tím ở Việt Nam có hình tròn. 越南的茄子是圓形的。

Ngữ pháp │ 文法

一、Biết, không biết 會／不會

Hỏi 問

S＋biết＋V＋không ?

S＋知道＋動詞＋嗎？

Ex : 1. Bạn biết nấu ăn không?

你會烹飪嗎？

2. Anh biết bơi không?

你會游泳嗎？

Đáp 答

S＋biết＋V	S＋không biết
S＋知道＋V	S＋不知道＋V
Tôi biết nấu ăn.	**Tôi không biết nấu ăn.**
我會烹飪。	我不會烹飪
Có, tôi biết.	**Không, tôi không biết.**
有，我會	不，我不會

S＋biết＋một chút thôi.

S＋知道＋一點點

Tôi biết một chút thôi.

我會一點點

MP3

二、**Thích, không thích** 喜歡／不喜歡

Hỏi 問	Đáp 答	
S＋thích ăn＋N＋không? S＋喜歡吃＋N＋嗎？ Bạn có thích ăn bí đỏ không? 你喜歡吃南瓜嗎？	Có, S＋không thích＋N 有，S＋喜歡吃＋N Có, tôi thích ăn bí đỏ. 有，我喜歡吃南瓜	Không, S＋không thích ăn＋N 不，S＋不喜歡吃＋N Không, tôi không thích ăn bí đỏ. 不，我不喜歡南瓜

Tôi không thích ăn lắm.
我不太喜歡吃

Luyện tập | 練習

1. Nối phù hợp cột A với cột B.　請將A欄位與B欄位正確配對。

A.

B.

① 　　　　a. Các loại rau bằng quả

② 　　　　b. Các loại rau bằng rễ

③ 　　　　c. Các loại rau bằng lá

④ 🥒　　　　d. Các loại rau bằng hoa

2. Hãy sắp xếp từ thành câu hoàn chỉnh.

請將下列詞語排列成正確的句子。

① tôi / ăn / lắm / không thích / cà rốt

_____

② thích ăn / rau muống / anh ấy.

_____

③ nấu ăn / biết / có / không / bạn /?

_____

④ không thích / chị ấy / dưa chuột / ăn

_____

Sơ đồ tư duy | 心智圖

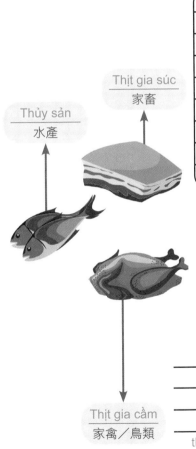

cá vược 鱸魚

cá thu đao 秋刀魚

cá rô phi 吳郭魚

cá mú 石斑魚

cua 螃蟹

tôm 蝦子

ốc 螺

sò 蛤蜊

cá măng sữa 虱目魚

sao biển 海星

cầu gai biển 海膽

hải sâm 海參

cá sấu 鱷魚

Thủy sản
水產

thịt bò 牛肉

thịt lợn 豬肉

thịt trâu 水牛肉

thịt ếch 田雞肉

thịt dê 羊肉

thịt chó 狗肉

thịt thỏ 兔肉

thịt rắn 蛇肉

thịt lạc đà 駱駝肉

thịt ngựa 馬肉

Thịt gia súc
家畜

thịt gà 雞肉

thịt vịt 鴨肉

thịt ngan 騾鴨肉

thịt ngỗng 鵝肉

thịt chim cút 鵪鶉肉

thịt bồ câu 鴿子肉

Thịt gia cầm
家禽／鳥類

Từ vựng và câu ngắn thường dùng │ 詞彙與常用短句

1 Thịt gia cầm 家禽／鳥類

Từ vựng 詞彙	Câu ngắn thường dùng 常用短句
thịt gà 雞肉	Bố ra chợ mua 5 cân thịt gà. 爸爸去市場買了5公斤雞肉。
thịt vịt 鴨肉	Thịt vịt rất giàu dinh dưỡng, thích hợp ăn trong mùa hè và mùa thu. 鴨肉營養豐富，適合在夏、秋季節食用。
thịt ngan 騾鴨肉	Lần nào về nhà, mẹ tôi đều nấu món thịt ngan cho tôi ăn. 每次回家，媽媽都料理騾鴨肉給我嚐嚐。
thịt ngỗng 鵝肉	Ở Việt Nam rất ít người ăn thịt ngỗng. 在越南，有少數人會吃鵝肉。
thịt chim cút 鵪鶉肉	Tối nay mẹ nấu món thịt chim cút. 今晚媽媽煮鵪鶉肉料理。
thịt bồ câu 鴿子肉	Chị ấy đang hầm thịt bồ câu. 她正在燉鴿子肉。

小叮嚀！

騾鴨（Mulard）又稱半番鴨，是一種由北京鴨和番鴨雜交而成的家鴨種類。

MP3

2 Thịt gia súc 家畜

Từ vựng 詞彙	Câu ngắn thường dùng 常用短句
thịt bò 牛肉	Trên thị trường có rất nhiều loại thịt bò. 市場上的牛肉有很多種類。
thịt lợn 豬肉	Nhà anh ấy bán thịt lợn được 10 năm rồi. 他家賣豬肉十年了。
thịt trâu 水牛肉	Bây giờ rất ít người ăn thịt trâu. 現在很少人吃水牛肉。
thịt dê 羊肉	Thịt dê là đặc sản của vùng này. 羊肉是這個地區的特產。
thịt thỏ 兔肉	Thịt thỏ rất thơm và ngon. 兔肉很香又很好吃。
thịt ếch 田雞肉	Bạn có thích ăn thịt ếch không? 你喜歡吃田雞肉嗎？
thịt chó 狗肉	Ở Đài Loan nghiêm cấm không được ăn thịt chó. 在台灣禁止吃狗肉。
thịt rắn 蛇肉	Tôi sợ rắn, nên tôi không dám ăn thịt rắn. 我怕蛇，所以不敢吃蛇肉。
thịt lạc đà 駱駝肉	Bạn đừng ăn thịt lạc đà nhé! 你別吃駱駝肉喔！
thịt ngựa 馬肉	Thịt ngựa phải chế biến như thế nào? 如何料理馬肉？

05

食品

Thực phẩm

3 Thủy sản 水產

Từ vựng 詞彙	Câu ngắn thường dùng 常用短句
cá vược 鱸魚	Anh có biết loài cá vược không? 你知不知道鱸魚？
cá măng sữa 虱目魚	Bố tôi có nuôi cá măng sữa. 我爸爸有養虱目魚。
cá rô phi 吳郭魚	Mẹ tôi nấu canh cá rô phi rất ngon. 我媽媽煮的吳郭魚湯很好喝。
cá mú 石斑魚	Tôi không biết loài cá mú này. 我不知道有這種石斑魚。
cá thu đao 秋刀魚	Người Nhật Bản thích ăn cá thu đao đúng không? 日本人很喜歡吃秋刀魚，對嗎？
sao biển 海星	Tôi rất thích ngắm sao biển. 我很喜歡看海星。
hải sâm 海參	Hải sâm hiện giờ rất hiếm. 海參現在很稀少。
cua 螃蟹	Bán cho tôi 6 cân cua nhé! 賣給我6公斤螃蟹喔！
tôm 蝦子	Tôi ghét ăn tôm. 我討厭吃蝦子。
ốc 螺	Anh ấy thường bị dị ứng khi ăn ốc. 他吃螺的時候都會過敏。
sò 蛤蠣	Vùng này nuôi rất nhiều sò, giá thành cũng rất rẻ. 這個地區養很多蛤蠣，所以價錢也很便宜。
cá sấu 鱷魚	Bạn nên thử ăn thịt cá sấu, hương vị rất ngon. 你應該試試吃鱷魚肉，味道非常美味。

MP3

Luyện tập | 練習

1. Hãy chọn từ thích hợp điền vào chỗ trống.

   請選擇適當的詞語來填空。

   ① Đài Loan nghiêm cấm không được ăn _____.

      A. thịt chó   B. thịt lợn   C. thịt bò

   ② thuộc thủy sản _____.

      A. thịt bò   B. hải sâm   C. thịt gà

   ③ Thịt dê là loại thịt thuộc _____.

      A. thịt gia cầm   B. thủy sản   C. thịt gia súc

2. Phân loại các loại thịt sau đây. 請分類以下肉類。

① Thịt gia cầm	② Thịt gia súc	③ Thủy sản
_____	_____	_____

   A. thịt dê   B. thịt bò   C. cá thu đao   D. thịt chim bồ câu

   E. thịt vịt   F. sò   G. thịt ngựa

Sơ đồ tư duy | 心智圖

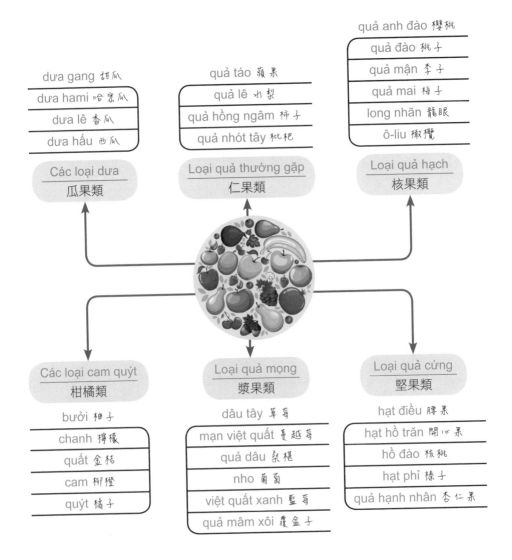

quả anh đào 櫻桃

| quả đào 桃子 |
| quả mận 李子 |
| quả mai 梅子 |
| long nhãn 龍眼 |
| ô-liu 橄欖 |

quả táo 蘋果

| quả lê 水梨 |
| quả hồng ngâm 柿子 |
| quả nhót tây 枇杷 |

dưa gang 甜瓜

| dưa hami 哈密瓜 |
| dưa lê 香瓜 |
| dưa hấu 西瓜 |

Các loại dưa
瓜果類

Loại quả thường gặp
仁果類

Loại quả hạch
核果類

Các loại cam quýt
柑橘類

Loại quả mọng
漿果類

Loại quả cứng
堅果類

bưởi 柚子

| chanh 檸檬 |
| quất 金桔 |
| cam 柳橙 |
| quýt 橘子 |

dâu tây 草莓

| mạn việt quất 蔓越莓 |
| quả dâu 桑椹 |
| nho 葡萄 |
| việt quất xanh 藍莓 |
| quả mâm xôi 覆盆子 |

hạt điều 腰果

| hạt hồ trăn 開心果 |
| hồ đào 核桃 |
| hạt phỉ 榛子 |
| quả hạnh nhân 杏仁果 |

Từ vựng và câu ngắn thường dùng | 詞彙與常用短句

1 Loại quả thường gặp 仁果類

Từ vựng 詞彙	Câu ngắn thường dùng 常用短句
quả táo 蘋果	Mẹ mua hai quả táo cho em, anh có ăn không? 媽媽買給我兩顆蘋果，哥哥要吃嗎？
quả lê 水梨	Tốt nhất một ngày nên ăn một quả lê, ăn quá nhiều sẽ gây tác hại đến dạ dày. 水梨的最佳食用量為每天1顆，食用過量容易對脾胃造成傷害。
quả hồng ngâm 柿子	Quả hồng ngâm mùa này ngon tuyệt. 這季節的柿子非常美味。
quả nhót tây 枇杷	Ở thành phố Hồ Chí Minh bán rất nhiều quả nhót tây. 在胡志明市有賣很多枇杷。

2 Loại quả hạch 核果類

Từ vựng 詞彙	Câu ngắn thường dùng 常用短句
quả anh đào 櫻桃	Thời tiết Đài Loan không thích hợp trồng loại quả anh đào. 台灣氣候不適合種櫻桃。
quả đào 桃子	Trên bàn có 5 quả đào. 桌上有5顆桃子。
quả mận 李子	Bạn nên hiểu tác dụng của quả mận và lưu ý trước khi ăn nhé! 你應瞭解李子的效果和食用前應注意事項喔！
quả mai 梅子	Quả mai có vị rất chua, chị ăn thử đi. 這梅子很酸，姊姊吃吃看吧。
long nhãn 龍眼	Mùa này không phải là mùa long nhãn. 這個季節不是龍眼的季節。
ô-liu 橄欖	Ở các nước châu Âu, dầu ô-liu được sử dụng rất phổ biến. 在歐洲國家，橄欖油使用非常普遍。

3 Loại quả cứng 堅果類

Từ vựng 詞彙	Câu ngắn thường dùng 常用短句
hạt điều 腰果	Việt Nam sản xuất rất nhiều hạt điều. 越南生產很多腰果。
hạt hồ trăn 開心果	Mỹ là quốc gia đứng thứ hai trên thế giới xuất khẩu hạt hồ trăn. 美國是世界上開心果的第二大出口國。
hồ đào 核桃	Hồ đào là loại hạt rất tốt cho sức khỏe của phụ nữ. 核桃是一種堅果，非常有利於女性健康。
hạt phỉ 榛子	Chị ấy vừa xuất khẩu hai tấn hạt phỉ sang Mỹ. 她出口了兩噸榛子到美國。
quả hạnh nhân 杏仁果	Quả hạnh nhân giúp ích làm đẹp da và chống lão hóa. 杏仁有助於美化肌膚，並且抗老化。

4 Loại quả mọng 漿果類

Từ vựng 詞彙	Câu ngắn thường dùng 常用短句
dâu tây 草莓	Từ tháng 12 đến tháng 4 hàng năm là mùa dâu tây ở Miêu Lật. 每年大約從12月到隔年4月，是苗栗的草莓盛產季節。
mạn việt quất 蔓越莓	Năm nay mạn việt quất hầu như nhập khẩu ở trung quốc. 今年蔓越莓幾乎都從中國進口來。
quả dâu 桑椹	Hồi nhỏ tôi rất thích ăn những quả dâu vừa hái xuống. 小時候我很喜歡吃剛採收的桑椹。
nho 葡萄	Anh ấy vừa để hai chùm nho vào trong tủ lạnh. 他剛剛把兩串葡萄放進冰箱裡。
việt quất xanh 藍莓	Việt quất xanh có rất nhiều chất có lợi cho sức khỏe. 藍莓有很多成分有利於健康。
quả mâm xôi 覆盆子	Lần đầu tiên tôi được ăn quả mâm xôi này. 這是我第一次吃到這種覆盆子果。

5　Các loại cam quýt 柑橘類

Từ vựng 詞彙	Câu ngắn thường dùng 常用短句
quýt 橘子	Cảm ơn bạn đã cho tôi hộp quýt này. 謝謝你送給我這兩盒橘子。
cam 柳橙	Cam có chứa lượng lớn Vitamin C. 柳橙含有大量的維生素C。
quất 金桔	Quất có thể chữa bệnh ho cho trẻ em. 金桔可治療兒童咳嗽。
chanh 檸檬	Chanh không thể thiếu trong bữa ăn gia đình người Việt Nam. 檸檬是越南人家常餐點中不可缺少的。
bưởi 柚子	Tôi thích ăn bưởi chua. 我喜歡吃酸的柚子。

6　Các loại dưa 瓜果類

Từ vựng 詞彙	Câu ngắn thường dùng 常用短句
dưa hấu 西瓜	Mùa hè ăn dưa hấu giúp lợi tiểu, tiêu hóa tốt. 夏天吃西瓜利尿助消化。
dưa lê 香瓜	Dưa lê có rất nhiều hạt. 香瓜有很多籽。
dưa hami 哈密瓜	Mẹ tôi không thích mùi vị của dưa hami. 我媽媽不喜歡哈密瓜的味道。
dưa gang 甜瓜	Anh có thể dạy tôi kỹ thuật trồng dưa gang được không? 你可以教我種甜瓜的技術嗎？

Luyện tập | 練習

1. Viết chính xác tên của các loại hoa quả dưới đây. 請寫出正確水果名稱。

① _____

② _____

③ _____

④ _____

⑤ _____

⑥ _____

05-031

2. Nghe và điền đáp án đúng.

請掃描右側QR聆聽音檔，並寫出正確答案。

① _____

② _____

③ _____

④ _____

⑤ _____

③quả hạnh nhân, ④dâu tây, ⑤long nhãn
2：①bưởi, ②Việt quất xanh
1：①nho, ②hạt điều, ③quả táo, ④dưa hấu, ⑤cam, ⑥ô-liu
解答：

MP3

134

Bài 4

單元四

Bột và gia vị
粉類與調味料

Sơ đồ tư duy │ 心智圖

bột đậu phộng 花生粉
bột yến mạch 小麥粉
bột mỳ 麵粉
bột khoai tây 太白粉
bột ngô 玉米粉
bột khoai lang 番薯粉
bột sắn 木薯粉
bột ngó sen 蓮藕粉
bột gạo 米粉
bột nếp 糯米粉
bột thạch 果凍粉
bột báng 西米粉
bột ca cao 可可粉
sữa bột 奶粉
ớt bột 辣椒粉
bột nghệ 薑黃粉
bột cam thảo 甘草粉
đường bột 糖粉
bột ngũ vị hương 五香粉

Bột
粉類

Gia vị
調味料

đường cát 細糖
đường phèn 冰糖
muối 鹽
hạt tiêu 胡椒
xì dầu 醬油
nước mắm 魚露
dầu hào 蠔油
dầu thực vật 植物油
mì chính 味精
mật ong 蜂蜜
tương ớt 辣椒醬
rượu gạo 米酒
giấm 醋
dầu mè 香油

1 Bột 粉類

Từ vựng 詞彙	Câu ngắn thường dùng 常用短句
bột đậu phộng 花生粉	Quy trình sản xuất bột đậu phộng phải được kiểm tra kỹ lưỡng. 花生粉生產過程中必須經過徹底而仔細的測試。
bột mỳ 麵粉	Bột mỳ vừa tăng giá trong tuần qua. 麵粉價格在上週已經上漲。
bột yến mạch 小麥粉	Bột yến mạch được nhập khẩu trực tiếp từ Mỹ. 小麥粉是從美國直接進口的。
bột khoai tây 太白粉	Cửa hàng này luôn cung cấp bột khoai tây vệ sinh và an toàn. 這家商店提供衛生以及安全的太白粉。
bột ngô 玉米粉	Anh mua bột ngô về làm bánh hả? 你買玉米粉回來做餅乾嗎？
bột khoai lang 番薯粉	Đây là bột khoai lang nguyên chất 100%. 這是100%純番薯粉。
bột sắn 木薯粉	Mùa hè nên uống một cốc nước bột sắn để giải nhiệt. 夏天時應喝一杯木薯粉飲料來消暑。
bột ngó sen 蓮藕粉	Trên trang web này có bán bột ngó sen không? 在這網站上有賣蓮藕粉嗎？
bột gạo 米粉	Làm sao để phân biệt được bột gạo và bột nếp? 如何區分米粉與糯米粉呢？
bột nếp 糯米粉	Tôi thường lấy bột nếp để làm bánh dầy. 我常用糯米粉來做麻糬。
bột thạch 果凍粉	Tôi muốn mua hai gói bột thạch để làm rau câu. 我想買兩包果凍粉來做果凍。

MP3

Từ vựng 詞彙	Câu ngắn thường dùng 常用短句
bột báng 西米粉	Bạn có biết phân biệt bột báng với bột gạo không? 你會不會分辨西米粉與米粉？
bột ca cao 可可粉	Giá bột ca cao nguyên chất bao nhiêu tiền? 純可可粉的價錢多少？
sữa bột 奶粉	Sữa bột cho bé nên dùng loại nào? 給寶寶奶粉應使用哪一種？
ớt bột 辣椒粉	Anh ấy thường cho một ít ớt bột vào bát phở khi ăn. 吃河粉時，他常常把一點點辣椒粉放進河粉碗裡。
bột nghệ 薑黃粉	Nhà em có bán bột nghệ, chị mua giúp em hai cân nhé! 我家有賣薑黃粉，妳幫我買2公斤吧！
bột cam thảo 甘草粉	Bột cam thảo có tác dụng làm trắng da. 甘草粉有美白皮膚的效果。
đường bột 糖粉	Đường bột không thể thiếu trong khi làm bánh. 製作餅乾時，糖粉是不可缺少的。
bột ngũ vị hương 五香粉	Khi ướp thịt nên cho một chút bột ngũ vị hương vào nhé. 醃肉時，應放一些五香粉進去喔！

2 Gia vị 調味料

Từ vựng 詞彙	Câu ngắn thường dùng 常用短句
đường cát 細糖	Đường cát có bán ở tất cả các cửa hàng. 細糖在所有商店都有販售。
đường phèn 冰糖	Ăn đường phèn có lợi cho sức khỏe không? 吃冰糖有助於健康嗎？
muối 鹽	Muối là loại gia vị không thể thiếu khi nấu ăn. 烹飪時，鹽是不可缺少的。
hạt tiêu 胡椒	Hạt tiêu là nhóm hàng dẫn đầu về tốc độ tăng lượng xuất khẩu cao nhất trong vòng 5 năm gần đây. 胡椒是過去5年出口增長率最多的產品。

Từ vựng 詞彙	Câu ngắn thường dùng 常用短句
xì dầu 醬油	Xì dầu là gia vị thiết yếu của ẩm thực Đài Loan trong ngày tết. 醬油是台灣年菜烹調必備的調味料。
nước mắm 魚露	Nước mắm được sử dụng rộng rãi trong ẩm thực của các quốc gia Đông Nam Á. 魚露是廣泛使用於在東南亞國家的美食。
dầu hào 蠔油	Dầu hào được sử dụng phổ biến trong các món xào. 蠔油非常普遍使用於炒的料理。
dầu thực vật 植物油	Hiện nay dầu thực vật được sử dụng phổ biến trên toàn quốc. 目前，植物油在全國廣泛使用。
mì chính 味精	Không nên ăn mì chính quá nhiều. 不要吃太多味精。
mật ong 蜂蜜	Con mua cho mẹ hai chai mật ong về nhé! 你去幫媽媽買兩罐蜂蜜回來喔！
tương ớt 辣椒醬	Cửa hàng này không bán tương ớt Thái Lan. 這家商店沒有賣泰國辣椒醬。
rượu gạo 米酒	Chị ấy thường cho rượu gạo vào để xào rau. 她炒菜時常放入米酒。
giấm 醋	Đừng rót giấm vào chai nhựa này. 別把醋倒入這個塑膠瓶。
dầu mè 香油	Chai dầu mè này rất thơm, anh mua ở đâu vậy? 這瓶香油很香，你在哪裡買的？

Ngữ pháp | 文法

Cách sử dụng "cấm / nghiêm cấm", "không được", "đừng", "hãy"
如何使用「禁止」、「不能」、「不要、別」、「讓、使、把」

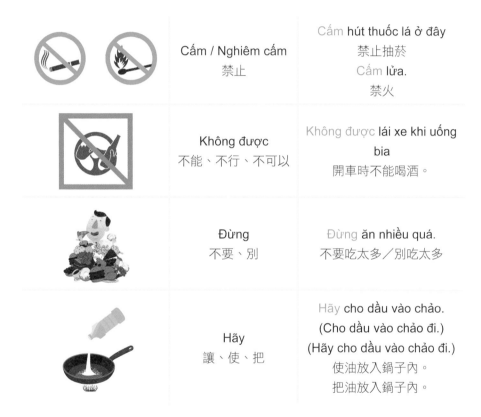

	Cấm / Nghiêm cấm 禁止	Cấm hút thuốc lá ở đây 禁止抽菸 Cấm lửa. 禁火
	Không được 不能、不行、不可以	Không được lái xe khi uống bia 開車時不能喝酒。
	Đừng 不要、別	Đừng ăn nhiều quá. 不要吃太多／別吃太多
	Hãy 讓、使、把	Hãy cho dầu vào chảo. (Cho dầu vào chảo đi.) (Hãy cho dầu vào chảo đi.) 使油放入鍋子內。 把油放入鍋子內。

Luyện tập | 練習

1. Nghe và điền từ thích hợp vào chỗ trống.

請掃描右側QR聆聽音檔，並填入正確答案。

> A. dầu ăn   B. hạt tiêu   C. bột mỳ   D. mật ong   E. bột gạo

① Anh đừng cho nhiều _____ vào bát phở của em.

② Mẹ ra cửa hàng mua _____ về xào rau.

③ _____ giúp ích làm đẹp da.

④ Nấu cháo bằng _____ sẽ rất ngon.

2. Những câu sau đây đúng hay sai, nếu sai hãy sửa lại cho đúng.

請判斷以下句子對或錯，並將錯誤的句子修改為正確。

T   F

① Không nên mì chính ăn quá nhiều.

_____

② Nên rót giấm vào chai nhựa, sẽ không bảo quản được lâu.

_____

③ Đường phèn có lợi cho sức khỏe.

_____

④ Chị ấy mua bột thạch về để làm giấm.

_____

答案：
1：①B、②A、③D、④E
2：① ✗ Không nên ăn quá nhiều mỳ chính.
② ✗ Không nên rót dấm vào chai nhựa, sẽ không bảo quản được lâu.
③ ✓ Đường phèn có lợi cho sức khỏe.
④ ✗ Chị ấy mua bột thạch về để làm rau câu.

Chương **06** 第六章

Đồ uống

飲品

單元一
Các đơn vị đo
thể tích
飲品包裝方式

單元二
Các loại đồ
uống
各種飲料

單元三
Các loại sữa
奶類

單元四
Nước ép trái cây
果汁

單元五
Cà phê
咖啡

單元六
Trà
茶

單元七
Rượu
酒

單元七
Các loại canh
湯

Bài 1
單元一

Các đơn vị đo thể tích
飲品包裝方式

Sơ đồ tư duy｜心智圖

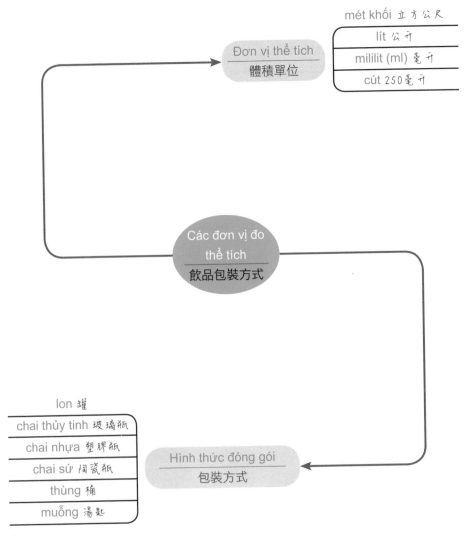

- mét khối 立方公尺
  - lít 公升
  - mililit (ml) 毫升
  - cút 250 毫升

Đơn vị thể tích
體積單位

Các đơn vị đo thể tích
飲品包裝方式

Hình thức đóng gói
包裝方式

- lon 罐
- chai thủy tinh 玻璃瓶
- chai nhựa 塑膠瓶
- chai sứ 陶瓷瓶
- thùng 桶
- muỗng 湯匙

MP3

Hội thoại｜會話

A : Chào chị, tôi muốn mua 2 két bia Hà Nội.
你好，我想買兩箱河內啤酒。

B : Chị muốn mua loại bia lon hay bia chai?
你想買罐裝還是瓶裝？

A : Tôi muốn mua loại bia lon 350ml.
我想買罐裝350ml的那種。

Từ vựng và câu ngắn thường dùng | 詞彙與常用短句

1 Đơn vị thể tích 體積單位

Từ vựng 詞彙	Câu ngắn thường dùng 常用短句
mét khối 立方公尺	Mét khối là đơn vị đo lường thể tích quốc tế. 立方公尺是國際體積單位。
lít 公升	Tôi muốn mua hai lít mật ong. 我想買2公升蜂蜜。
mililit 毫升	Không được để chất lỏng có dung tích quá 100 mililit trong hành lý xách tay. 不能放超過100毫升的罐裝液體在手提行李中。
cút 250毫升	Bố tôi mỗi bữa đều uống 1 cút rượu. 我爸爸每餐都喝250毫升的酒。

2 Hình thức đóng gói 包裝方式

Từ vựng 詞彙	Câu ngắn thường dùng 常用短句
lon 罐	Mua giúp tôi mấy lon bia Hà Nội nhé? 幫我買幾罐河內啤酒好嗎？
chai thủy tinh 玻璃瓶	Loại bia chai thủy tinh thì đắt hơn. 玻璃瓶比較貴。
chai nhựa 塑膠瓶	Chai nhựa là rác tái chế. 塑膠瓶可以資源回收。
chai sứ 陶瓷瓶	Tôi hay đựng rượu bằng chai sứ. 我用陶瓷瓶放酒。
thùng 桶	Xin hỏi thùng dầu này bao nhiêu tiền? 請問這桶油多少錢？
muỗng 湯匙	Nấu thức ăn tôi hay cho thêm muỗng nước mắm. 煮東西時我常多加一湯匙魚露。

144

Luyện tập │ 練習

1. Chọn đáp án đúng. 選出正確答案。

① 5公升是？

    A. 5 mét khối   B. 5 ml   C. 5 cút   D. 5 lít

② 玻璃瓶的越語叫？

    A. chai nhựa   B. chai thủy tinh   C. chai sứ   D. thùng

③ 哪個體積最大？

    A. thùng   B. muỗng   C. lon   D. chai

2. Chọn đáp án đúng. 選出正確答案。

① chai sứ

    A. 陶瓷瓶   B. 玻璃瓶   C. 塑膠瓶

② cút

    A. 大概500ml   B. 大概250ml   C. 大概100ml

③ lon

    A. 玻璃瓶   B. 湯匙   C. 罐

2：①A、②B、③C
1：①D、②B、③A
答案：

Bài 2
單元二

Các loại đồ uống
各種飲料

Sơ đồ tư duy │ 心智圖

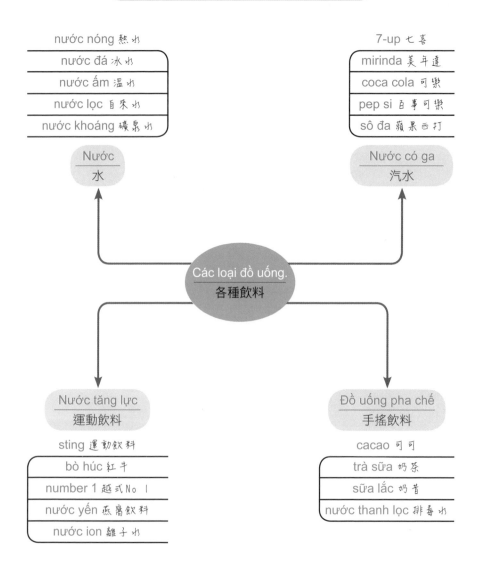

nước nóng 熱水
nước đá 冰水
nước ấm 溫水
nước lọc 自來水
nước khoáng 礦泉水

Nước
水

7-up 七喜
mirinda 美年達
coca cola 可樂
pep si 百事可樂
sô đa 蘋果西打

Nước có ga
汽水

Các loại đồ uống.
各種飲料

Nước tăng lực
運動飲料

sting 運動飲料
bò húc 紅牛
number 1 越式 No 1
nước yến 燕窩飲料
nước ion 離子水

Đồ uống pha chế
手搖飲料

cacao 可可
trà sữa 奶茶
sữa lắc 奶昔
nước thanh lọc 排毒水

MP3

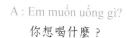

Hội thoại | 會話

A : Em muốn uống gì?
你想喝什麼？

B : Em muốn uống coca.
我想喝可樂

A : Em muốn cốc to hay cốc nhỏ?
你要大杯還是小杯？

B : Em uống cốc nhỏ là được rồi!
我小杯就可以了！

Từ vựng và câu ngắn thường dùng | 詞彙與常用短句

1 Nước có ga 汽水

Từ vựng 詞彙	Câu ngắn thường dùng 常用短句
coca cola 可樂	Trời nóng này mà uống coca cola lạnh thì quá tuyệt. 天氣這麼熱，喝冰可樂太爽快了。
pep si 百事可樂	Xin hỏi cửa hàng có bán pep si không? 請問這邊有賣百事可樂嗎？
sô đa 蘋果西打	Tôi ăn thịt nướng nhất định phải uống sô đa. 我吃烤肉時一定要喝蘋果西打。
7-up 七喜	7-up đang có khuyến mại mua 1 tặng 1. 七喜在有特價買一送一。
mirinda 美年達	Chai mirinda này đã hết hạn sử dụng. 我這瓶美年達已經過期了。

06

Đồ uống 飲品

Nước tăng lực 運動飲料

Từ vựng 詞彙	Câu ngắn thường dùng 常用短句
sting 運動飲料	Anh muốn uống sting màu vàng hay màu đỏ? 你想喝黃色還是紅色運動飲料？
bò húc 紅牛	Uống bò húc giúp tăng cường thể lực. 喝紅牛可以幫助增加體力。
number one 越南No 1	Tôi muốn mua một chai number one lạnh. 我想買一瓶冰的越南No 1。
nước yến 燕窩飲料	Nước yến là thức uống rất bổ dưỡng. 燕窩飲料是很營養的。
nước ion 離子水	Bị cảm cúm bạn nên uống nhiều nước ion. 感冒你該多喝離子水。

3 **Đồ uống pha chế** 手搖飲料

Từ vựng 詞彙	Câu ngắn thường dùng 常用短句
cacao 可可	Trời lạnh mà uống cacao nóng thì tuyệt! 冬天喝熱可可真是太棒了！
trà sữa 奶茶	Giờ Việt Nam có rất nhiều quán trà sữa Đài Loan. 現在越南有很多台灣珍珠奶茶店。
sữa lắc 奶昔	Sữa lắc vị socola thực sự rất thu hút tôi. 奶昔巧克力真的很吸引我。
nước thanh lọc 排毒水	Nước thanh lọc detox này không chỉ giúp chị đẹp da mà còn giảm cân đấy! 這種排毒水不只讓你皮膚變好，還可以讓你減肥哦！

Từ vựng 詞彙	Câu ngắn thường dùng 常用短句
nước nóng 熱水	Tôi phải cần nước nóng để pha trà. 我需要熱水來泡茶。
nước đá 冰水	Con gái uống nước đá là không tốt. 女生喝冰水不太好。
nước ấm 溫水	Buổi sáng thức dậy nên uống chút nước ấm. 早上起來該喝點溫水。
nước lọc 自來水	Nhà tôi thường dùng nước lọc để nấu cơm. 我家都用自來水煮飯。
nước khoáng 礦泉水	Trên bàn có hai chai nước khoáng. 桌上有兩瓶礦泉水。

Luyện tập | 練習

1. Thay thế 請使用右邊詞彙替換畫線的地方，並且唸出完整句子。

● Tôi muốn mua <u>một chai nước lọc</u>.

➠ một lon coca
➠ một cốc sữa lắc
➠ một lon bò húc
➠ một chai sô đa
➠ một ly trà sữa

● Cô ấy thích uống <u>sting</u> hơn bò húc.

➠ nước yến
➠ pepsi
➠ nước khoáng
➠ number one
➠ nước thanh lọc

2. Hoàn thành câu. 整理成完整句子。

① muốn/ siêu thị/ tôi/ nước/ mua/ đi.

_____

② trà sữa/ tôi/ chị ấy/ mời/ một ly.

_____

③ uống/ ít khi/ rất/ tôi/ cacao.

_____

④ không/ coca/ uống/ thích/ em/có?

_____

 MP3

Các loại sữa
奶類

Sơ đồ tư duy │ 心智圖

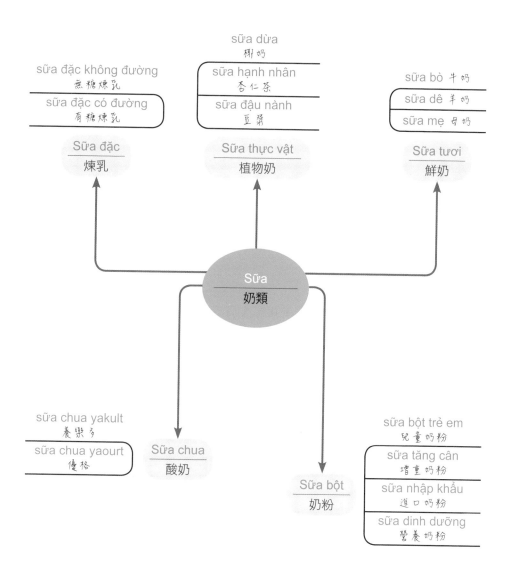

sữa dùa
椰奶

sữa đặc không đường
無糖煉乳

sữa hạnh nhân
杏仁茶

sữa bò 牛奶

sữa đặc có đường
有糖煉乳

sữa đậu nành
豆漿

sữa dê 羊奶

sữa mẹ 母奶

Sữa đặc
煉乳

Sữa thực vật
植物奶

Sữa tươi
鮮奶

Sữa
奶類

sữa chua yakult
養樂多

sữa chua yaourt
優格

Sữa chua
酸奶

Sữa bột
奶粉

sữa bột trẻ em
兒童奶粉

sữa tăng cân
增重奶粉

sữa nhập khẩu
進口奶粉

sữa dinh dưỡng
營養奶粉

A : Lát nữa chị có đi siêu thị thì mua sữa giúp em nhé?

姊，你待會要去超市的話幫我買牛奶好不好？

B : Em muốn mua loại sữa nào?

你想買哪種牛奶？

A : Chị mua cho em hai chai sữa tươi không đường và một hộp sữa bột Anlene.

你幫我買兩瓶無糖鮮奶與一罐安怡。

B : Được em. Lát chị sẽ mua cho em.

好的。我待會幫妳買。

Từ vựng và câu ngắn thường dùng｜詞彙與常用短句

1 Sữa thực vật 植物奶

Từ vựng 詞彙	Câu ngắn thường dùng 常用短句
sữa dừa 椰奶	Sữa dừa là gia vị thực phẩm quan trọng của các nước Đông Nam Á. 椰奶是南亞國家重要的食品調味料。
sữa hạnh nhân 杏仁茶	Sữa hạnh nhân có nhiều lợi ích đối với sức khỏe. 杏仁茶對身體有很多好處。

MP3

Từ vựng 詞彙	Câu ngắn thường dùng 常用短句
sữa đậu nành 豆漿	Tôi biết làm sữa đậu nành. 我會做豆漿。

2 Sữa tươi 鮮奶

Từ vựng 詞彙	Câu ngắn thường dùng 常用短句
sữa bò 牛奶	Buổi sáng tôi ăn bánh mỳ với một cốc sữa bò. 早餐我吃麵包配牛奶。
sữa dê 羊奶	Sữa dê rất đắt. 羊奶很貴。
sữa mẹ 母奶	Sữa mẹ là nguồn dinh dưỡng tốt nhất cho trẻ em. 母乳是兒童營養的最佳來源。

3 Sữa bột 奶粉

Từ vựng 詞彙	Câu ngắn thường dùng 常用短句
sữa bột trẻ em 兒童奶粉	Thị trường có rất nhiều các thương hiệu sữa bột trẻ em. 市場有很多兒童奶粉品牌。
sữa tăng cân 增重奶粉	Em gầy thế kia phải uống thêm sữa tăng cân thì mới béo được. 你那麼瘦，要多喝增重奶粉才會胖啦。
sữa nhập khẩu 進口奶粉	Sữa nhập khẩu luôn đắt hơn sữa trong nước. 進口奶粉價錢比國內還貴。
sữa dinh dưỡng 營養奶粉	Xin hỏi sữa dinh dưỡng dành cho trẻ em bán như thế nào? 請問兒童營養奶粉怎麼賣？

4 Sữa chua 酸奶

Từ vựng 詞彙	Câu ngắn thường dùng 常用短句
sữa chua yakult 養樂多	Tôi ăn cơm xong thường hay uống sữa chua yakult. 我吃完飯都要喝養樂多。
sữa chua yaourt 優格	Loại sữa chua yaourt không đường này rất chua. 這種無糖優格很酸。

5 Sữa đặc 煉乳

Từ vựng 詞彙	Câu ngắn thường dùng 常用短句
sữa đặc có đường 有糖煉乳	Mỗi lần uống cà phê đen tôi đều cho thêm sữa đặc có đường. 每次喝黑咖啡我都加有糖煉乳。
sữa đặc không đường 無糖煉乳	Xin hỏi có bán sữa đặc không đường không? 請問有賣無糖煉乳嗎？

Luyện tập | 練習

1. Chọn đáp án đúng. 選出正確答案。

① 哪種不是植物奶？

    A. sữa đậu nành   B. sữa dừa   C. sữa bò   D. sữa hạnh nhân

② 越南人喝咖啡常加哪種奶？

    A. sữa dê   B. sữa dừa   C. sữa đặc   D. sữa tươi

③ 想要增加體重要喝哪種？

    A. sữa giảm cân   B. sữa tăng cân   C. sữa chua   D. sữa mẹ

④ 嬰兒都喝哪種奶？

    A. sữa đặc   B. sữa tăng cân   C. sữa chua   D. sữa mẹ

2. Hoàn thành câu. 整理成完整句子。

① rất/ uống/ sữa tươi/ không đường/ thích/ chị ấy.

_____

② cafe nâu/ loại/ thêm/ cho/ là/ cafe đen/ sữa đặc.

_____

③ ăn cơm/ tôi/ uống/ thường/ sữa chua/ xong.

_____

④ một vỉ sữa chua/ 4 hộp/ gồm có.

_____

⑤ có/ sữa không đường/ sữa có đường/ và/ loại/ hai.

_____

Nước ép trái cây
果汁

Sơ đồ tư duy | 心智圖

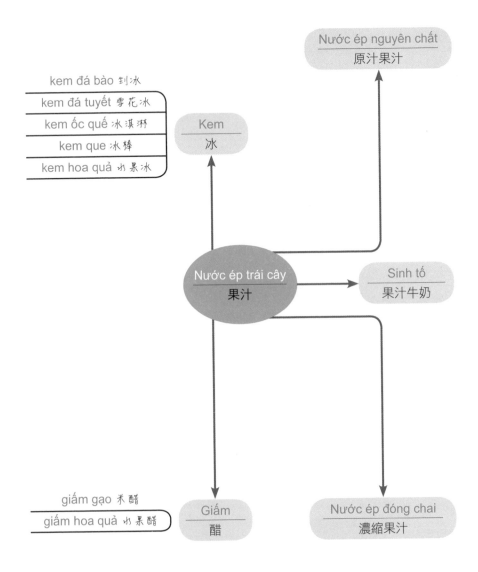

Nước ép nguyên chất
原汁果汁

kem đá bào 刨冰
kem đá tuyết 雪花冰
kem ốc quế 冰淇淋
kem que 冰棒
kem hoa quả 水果冰

Kem
冰

Nước ép trái cây
果汁

Sinh tố
果汁牛奶

giấm gạo 米醋
giấm hoa quả 水果醋

Giấm
醋

Nước ép đóng chai
濃縮果汁

MP3

Hội thoại｜會話

A : Xin hỏi, chị muốn uống gì?
請問你想喝什麼？

B : Cho tôi một cốc nước ép dưa hấu.
我想喝一杯西瓜汁。

A : Chị muốn nước ép nguyên chất hay cho thêm đường?
你想要原汁還是加糖？

B : Tôi muốn cho thêm đường.
我想加糖。

Từ vựng và câu ngắn thường dùng｜詞彙與常用短句

Từ vựng 詞彙	Câu ngắn thường dùng 常用短句
nước ép nguyên chất 原汁果汁	Chị ấy chỉ uống nước ép nguyên chất. 她只喝原汁果汁。
sinh tố 果汁牛奶	Loại sinh tố nào ngon nhất? 哪種果汁牛奶最好喝？
nước ép đóng chai 濃縮果汁	Tôi thấy loại nước ép đóng chai này vị cũng khá ngon. 我覺得這種濃縮果汁的口味也不錯。

1 Kem 冰

Từ vựng 詞彙	Câu ngắn thường dùng 常用短句
kem đá bào 剉冰	Kem đá bào đường đỏ là món kem truyền thống của Đài Loan. 黑糖剉冰是台灣的一種傳統冰品。
kem đá tuyết 雪花冰	Món kem đá tuyết xoài rất nổi tiếng ở Đài Loan. 芒果雪花冰在台灣很有名。
kem ốc quế 冰淇淋	Ăn cơm xong tôi mời bạn ăn kem ốc quế. 吃完飯我請你吃冰淇淋。
kem que 冰棒	Ở Hà Nội có cửa hàng bán các loại kem que rất nổi tiếng. 在河內有一家賣各種冰棒的店很有名。
kem hoa quả 水果冰	Chúng tôi đến bờ hồ nhất định phải đi ăn kem hoa quả. 我們到環劍湖一定要去吃水果冰。

2 Giấm 醋

Từ vựng 詞彙	Câu ngắn thường dùng 常用短句
giấm hoa quả 水果醋	Nghe nói uống giấm hoa quả sẽ giúp giảm cân phải không? 聽說喝水果醋會減肥是嗎？
giấm gạo 米醋	Ở Việt Nam ăn phở thường cho thêm giấm gạo ngâm tỏi ớt. 在越南吃河粉常加蒜頭辣椒泡米醋。

Luyện tập | 練習

1. Chọn đáp án đúng. 選出正確答案。

① 果汁加牛奶在越南叫什麼？

    A. sinh tố   B. sữa tươi   C. nước ép   D. giấm

② 下面哪種的味道是酸的？

    A. kem ốc quế   B. giấm   C. sinh tố   D. kem đá bào

③ 水果原汁叫？

    A. sinh tố   B. kem   C. giấm

    D. nước ép nguyên chất

④ 在越南吃河粉常加？

    A. sữa chua   B. kem đá tuyết   C. giấm   D. sinh tố

⑤ 台灣很有名的一種冰？

    A kem đá tuyết xoài   B. kem que   C. kem ốc quế

    D. kem đá bào

2. Dựa vào thực tế trả lời câu hỏi. 根據實際情況用越語回答問題。

① Bạn có thích uống cà phê Việt Nam không?

    _____

② Bạn thấy Đài Loan món kem gì nổi tiếng nhất?

    _____

③ Bạn có hay uống sinh tố hoa quả không?

    _____

④ Bạn thích uống nước ép hoa quả nguyên chất hay nước ép đóng hộp?

    _____

⑤ Có người nói muốn giảm béo thì lên uống giấm hoa quả. Bạn nghĩ sao?

    _____

1：①A, ②B, ③D, ④C, ⑤A

答案：

Bài 5
單元五

Cà phê
咖啡

Sơ đồ tư duy │ 心智圖

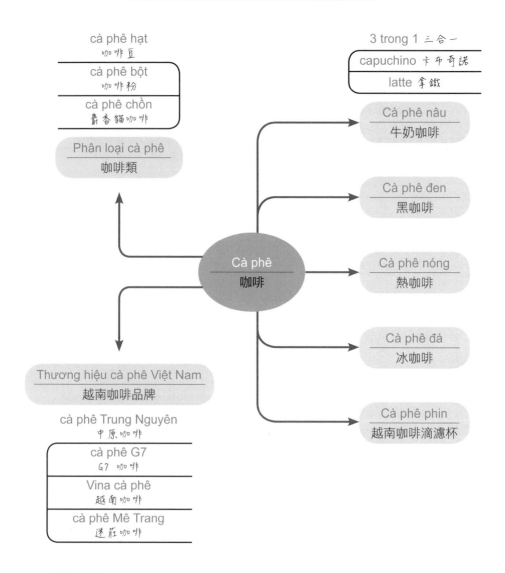

cà phê hạt
咖啡豆

cà phê bột
咖啡粉

cà phê chồn
麝香貓咖啡

Phân loại cà phê
咖啡類

Thương hiệu cà phê Việt Nam
越南咖啡品牌

cà phê Trung Nguyên
中原咖啡

cà phê G7
G7 咖啡

Vina cà phê
越南咖啡

cà phê Mê Trang
迷莊咖啡

Cà phê
咖啡

3 trong 1 三合一

capuchino 卡布奇諾

latte 拿鐵

Cà phê nâu
牛奶咖啡

Cà phê đen
黑咖啡

Cà phê nóng
熱咖啡

Cà phê đá
冰咖啡

Cà phê phin
越南咖啡滴濾杯

MP3

Hội thoại | 會話

A : Tôi mới đi công tác ở Việt Nam về, có chút cà phê muốn biếu anh.

我剛從越南出差回來，有咖啡禮盒想要送你。

B : Tốt quá, cảm ơn anh. Tôi cũng rất thích uống cà phê Việt Nam.

太好了，謝謝你。我也很喜歡喝越南咖啡。

Từ vựng và câu ngắn thường dùng | 詞彙與常用短句

1 Cà phê nâu 牛奶咖啡

Từ vựng 詞彙	Câu ngắn thường dùng 常用短句
3 trong 1 三合一	Loại cà phê túi 3 trong 1 rất tiện lợi. 三合一咖啡包很方便。
capuchino 卡布奇諾	Cho tôi một cốc cà phê capuchino. 我要一杯卡布奇諾。
latte 拿鐵	Cốc trà xanh matcha latte này có giá khoảng 50 ngàn. 這杯抹茶拿鐵大概五萬越盾。
cà phê đen 黑咖啡	Cà phê đen nếu không cho thêm đường thì sẽ rất đắng. 黑咖啡如果沒有加糖會很苦。
cà phê nóng 熱咖啡	Trời lạnh thế này mà có một cốc cà phê nóng thì thật tuyệt vời. 天氣這麼冷，如果有一杯熱咖啡多好呢！
cà phê đá 冰咖啡	Một cốc cà phê đá sẽ giúp tôi tỉnh táo hơn. 一杯冰咖啡會讓我更有精神。

Từ vựng 詞彙	Câu ngắn thường dùng 常用短句
cà phê phin 越南咖啡滴濾杯	Tôi đang học cách pha cà phê phin. 我在學越南咖啡滴濾杯的泡法。

2 Thương hiệu cà phê Việt Nam 越南咖啡品牌

Từ vựng 詞彙	Câu ngắn thường dùng 常用短句
cà phê Trung Nguyên 中原咖啡	Cà phê Trung Nguyên hiện có rất nhiều chi nhánh trên cả nước. 中原咖啡全國有很多分店。
cà phê G7 G7 咖啡	Tôi thấy cà phê G7 có bán rất nhiều trong siêu thị ở Đài Loan. 我有看到在台灣的超市也有買很多G7 咖啡。
Vina cà phê 越南咖啡	Hương vị Vina cà phê cũng rất thơm ngon. 越南咖啡的味道很香，很好喝。
cà phê Mê Trang 迷莊咖啡	Cà phê Mê Trang là thương hiệu cà phê nổi tiếng. 迷莊咖啡是很有名的咖啡品牌。

3 Phân loại cà phê 咖啡類

Từ vựng 詞彙	Câu ngắn thường dùng 常用短句
cà phê hạt 咖啡豆	Tôi có mang về cho anh vài gói cà phê hạt từ Việt Nam. 我有從越南帶幾包咖啡豆回來給你。
cà phê bột 咖啡粉	Khách hàng có nhờ tôi mua giúp vài cân cà phê bột. 客戶有要我幫忙買幾公斤咖啡粉。
cà phê chồn 麝香貓咖啡	Anh Hùng tặng tôi một hộp cà phê chồn. 雄哥送我一盒麝香貓咖啡。

Luyện tập │ 練習

1. Chọn đáp án đúng. 選出正確答案。

① 最貴的咖啡是哪種？

    A. cà phê đen   B. cà phê chồn   C. cà phê 3 trong 1   D. cà phê sữa

② 如去越南咖啡館，你朋友說想喝「nâu đá」你知道是什麼意思嗎？

    A. 冰牛奶咖啡   B. 冰咖啡   C. 黑咖啡   D. 牛奶咖啡

③ 哪種咖啡不加牛奶？

    A. cà phê đen   B. cà phê sữa   C. cappuccino   D. latte

④ 越南人喜歡喝哪種咖啡？

    A. cà phê chồn   B. cappuccino   C. cà phê phin   D. cà phê nóng

⑤ 還沒磨成粉的咖啡叫？

    A. cà phê hạt   B. cà phê bột   C. cà phê sữa đá   D. cà phê gói

2. Chọn đáp án đúng. 選出正確答案。

① nâu nóng

    A. 熱牛奶咖啡   B. 熱黑咖啡   C. 冰牛奶咖啡

② đen nóng

    A. 熱牛奶咖啡   B. 熱黑咖啡   C. 冰牛奶咖啡

③ đen đá

    A. 熱黑咖啡   B. 冰牛奶咖啡   C. 冰黑咖啡

④ cà phê chồn

    A. 麝香貓咖啡   B. 卡布奇諾   C. 牛奶咖啡

⑤ 3 trong 1

    A. 咖啡＋糖＋牛奶   B. 咖啡＋糖＋水   C. 咖啡＋冰塊＋牛奶

Bài 6
單元六

Trà
茶

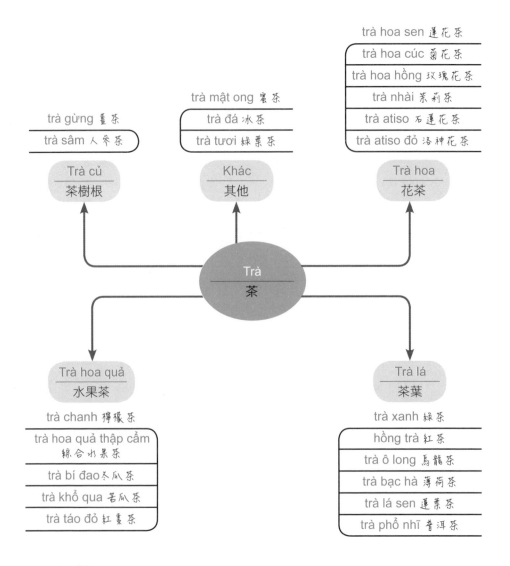

trà hoa sen 蓮花茶
trà hoa cúc 菊花茶
trà hoa hồng 玫瑰花茶
trà nhài 茉莉茶
trà atiso 石蓮花茶
trà atiso đỏ 洛神花茶

trà mật ong 蜜茶
trà đá 冰茶
trà tươi 綠葉茶

trà gừng 薑茶
trà sâm 人參茶

Trà củ
茶樹根

Khác
其他

Trà hoa
花茶

Trà
茶

Trà hoa quả
水果茶

Trà lá
茶葉

trà chanh 檸檬茶
trà hoa quả thập cẩm
綜合水果茶
trà bí đao 冬瓜茶
trà khổ qua 苦瓜茶
trà táo đỏ 紅棗茶

trà xanh 綠茶
hồng trà 紅茶
trà ô long 烏龍茶
trà bạc hà 薄荷茶
trà lá sen 蓮葉茶
trà phổ nhĩ 普洱茶

MP3

Hội thoại | 會話

A : Cho tôi một ly trà không đường.

我想要一杯無糖茶。

B : Xin hỏi, chị muốn loại trà nào? Có trà xanh, hồng trà, trà ô long, trà bí đao....

請問你想喝哪種？有綠茶、紅茶、烏龍茶、冬瓜茶……

A : Nhiều loại vậy à chị? Thế thì cho tôi ly trà xanh nhé! Cảm ơn.

這麼多種類哦？那給我一杯綠茶好了！謝謝。

Từ vựng và câu ngắn thường dùng | 詞彙與常用短句

1 Trà hoa 花茶

Từ vựng 詞彙	Câu ngắn thường dùng 常用短句
trà hoa sen 蓮花茶	Xin hỏi gói trà hoa sen này bao nhiêu tiền? 請問這包蓮花茶多少錢？
trà hoa cúc 菊花茶	Công ty bạn tôi sản xuất trà hoa cúc. 我朋友公司生產菊花茶。
trà hoa hồng 玫瑰花茶	Uống trà hoa hồng có rất nhiều tác dụng. 喝玫瑰花茶有很多作用。
trà nhài 茉莉茶	Gói trà nhài này tôi mang đi tặng đồng nghiệp. 這包茉莉花茶我帶去送同事。

Từ vựng 詞彙	Câu ngắn thường dùng 常用短句
trà atiso 石蓮花茶	Trà Atiso là đặc sản của Việt Nam. 石蓮花茶是越南的特產。
trà atiso đỏ 洛神花茶	Trà atiso đỏ có màu đỏ tươi. 洛神花茶是鮮紅色的。

2 Trà lá 茶葉

Từ vựng 詞彙	Câu ngắn thường dùng 常用短句
trà xanh 綠茶	Tỉnh Thái Nguyên trồng nhiều trà xanh. 太原省種很多綠茶。
hồng trà 紅茶	Anh biết hồng trà ở đâu nổi tiếng không? 你知道哪裡的紅茶有名嗎？
trà ô long 烏龍茶	Chúng tôi có đại lí chuyên bán trà ô long nhập khẩu. 我們有專門代理進口烏龍茶。
trà bạc hà 薄荷茶	Chị Lan vừa mua hai cốc trà bạc hà. 蘭姊剛買兩杯薄荷茶。
trà lá sen 蓮葉茶	Trà lá sen ở đâu bán? 蓮葉茶哪裡有賣？
trà phổ nhĩ 普洱茶	Anh ấy mời tôi uống loại trà phổ nhĩ thượng hạng. 他請我喝頂級的普洱茶。

3 Trà hoa quả 水果茶

Từ vựng 詞彙	Câu ngắn thường dùng 常用短句
trà chanh 檸檬茶	Bạn đi thăm nhà thờ lớn ở Hà Nội nhất định phải uống trà chanh ở đó. 你去看河內大教堂一定要喝那邊的檸檬茶。

Từ vựng 詞彙	Câu ngắn thường dùng 常用短句
trà hoa quả thập cẩm 綜合水果茶	Hoa toàn tự pha trà hoa quả thập cẩm. 小花都自己泡綜合水果茶。
trà bí đao 冬瓜茶	Ở Đài Nam có nhiều quán bán trà bí đao rất ngon. 在台南有很多家好喝的冬瓜茶。
trà khổ qua 苦瓜茶	Trà khổ qua có tác dụng thanh nhiệt. 苦瓜茶有分解的作用。
trà táo đỏ 紅棗茶	Trà táo đỏ long nhãn giúp bổ khí. 桂圓紅棗茶幫助補氣。

4 Trà củ 茶樹根

Từ vựng 詞彙	Câu ngắn thường dùng 常用短句
trà gừng 薑茶	Cô ấy đang pha trà gừng giúp tôi. 她在幫我泡薑茶。
trà sâm 人參茶	Trà sâm được dùng để mời khách quý. 人參茶可以用來招待貴賓。

5 Khác 其他

Từ vựng 詞彙	Câu ngắn thường dùng 常用短句
trà mật ong 蜜茶	Trong tủ lạnh có trà mật ong. 冰箱裡面有蜜茶。
trà đá 冰茶	Chúng tôi hẹn nhau ở quán trà đá. 我們約在冰茶店。
trà tươi/chè tươi 綠茶葉	Bà ngoại tôi nấu trà tươi hàng ngày. 我外婆每天都煮綠茶葉。

Luyện tập | 練習

1. Chọn đáp án đúng. 選出正確答案。

① 蓮花茶越語叫？

A. trà hoa sen B. trà lá sen C. trà hoa hồng D. trà hoa nhài

② 越南路邊的小茶館都賣？

A. trà đá B. trà ô long C. trà sâm D. trà gừng

③ 下列哪種不是用茶葉泡的？

A. trà xanh B. trà bí đao C. trà ô long D. trà lá sen

④ 下列哪種茶屬於果茶？

A. trà gừng B. trà sâm C. trà khổ qua D. trà nhài

⑤ 下列哪一種是蜜茶？

A trà chanh B. trà mật ong C. trà bạc hà D. trà hoa quả

2. Chọn đáp án đúng. 選出正確答案。

① trà atiso

A. 石蓮花茶 B. 玫瑰花茶 C. 茉莉花茶

② trà atiso đỏ

A. 石蓮花茶 B. 洛神花茶 C. 蓮花茶

③ trà táo đỏ

A. 紅棗茶 B. 普洱茶 C. 水果茶

④ trà tươi

A. 用新鮮茶葉泡 B. 用紅茶泡 C. 用苦瓜泡

⑤ trà hoa quả thập cẩm

A. 冬瓜茶 B. 冰茶 C. 綜合水果茶

MP3

2：①A、②B、③A、④A、⑤C
1：①A、②A、③B、④C、⑤B
答案：

Sơ đồ tư duy │ 心智圖

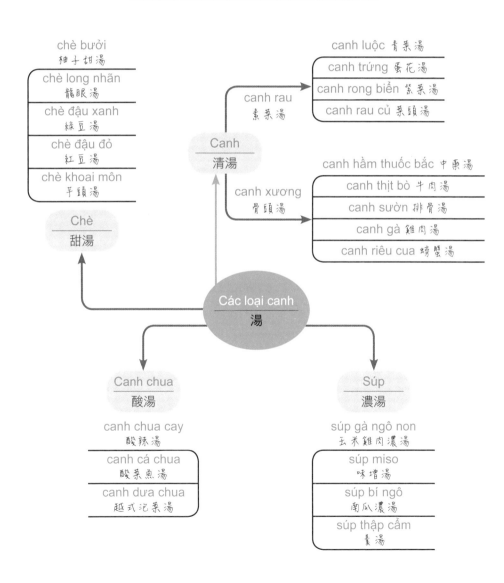

chè bưởi
柚子甜湯

chè long nhãn
龍眼湯

chè đậu xanh
綠豆湯

chè đậu đỏ
紅豆湯

chè khoai môn
芋頭湯

Chè
甜湯

canh luộc 青菜湯

canh trứng 蛋花湯

canh rong biển 紫菜湯

canh rau củ 菜頭湯

canh rau
素菜湯

Canh
清湯

canh hầm thuốc bắc 中藥湯

canh thịt bò 牛肉湯

canh sườn 排骨湯

canh gà 雞肉湯

canh riêu cua 螃蟹湯

canh xương
骨頭湯

Các loại canh
湯

Canh chua
酸湯

canh chua cay
酸辣湯

canh cá chua
酸菜魚湯

canh dưa chua
越式泡菜湯

Súp
濃湯

súp gà ngô non
玉米雞肉濃湯

súp miso
味增湯

súp bí ngô
南瓜濃湯

súp thập cẩm
羹湯

Hội thoại | 會話

A : Hôm nay tôi muốn mời anh ăn món ăn Việt Nam.

今天我想請你吃越式料理。

B : Tôi rất thích các món canh Việt Nam, thanh đạm nhưng rất ngon.

我很喜歡越南的湯，清淡但很好喝。

A : Tôi cũng vậy. Tôi thích nhất là món canh cá dưa chua, nhắc đến là thấy thèm rồi.

我也是。我最喜歡越式酸菜魚湯，講到就想吃了。

Từ vựng và câu ngắn thường dùng | 詞彙與常用短句

1 **Canh** 清湯

Từ vựng 詞彙	Câu ngắn thường dùng 常用短句
canh luộc 青菜湯	Mẹ nấu món canh luộc gì vậy? 媽媽煮什麼青菜湯呢？
canh trứng 蛋花湯	Nấu canh trứng rất đơn giản. 煮蛋花湯很簡單。
canh rong biển 紫菜湯	Tôi ăn không quen món canh rong biển. 我喝不習慣紫菜湯。

MP3

Từ vựng 詞彙	Câu ngắn thường dùng 常用短句
canh rau củ 菜頭湯	Canh rau củ có vị ngọt tự nhiên. 菜頭湯有自然的甜味。
canh xương 骨頭湯	Nấu phở nhất định phải hầm canh xương. 煮河粉一定要熬骨頭湯。
canh hầm thuốc bắc 中藥湯	Canh hầm thuốc bắc rất bổ. 中藥湯很補。
canh thịt bò 牛肉湯	Tôi thích uống canh thịt bò tươi. 我喜歡現宰牛肉湯。
canh sườn 排骨湯	Món canh sườn này rất đặc biệt. 這道排骨湯很特別。
canh gà 雞肉湯	Khi bị ốm mẹ tôi thường nấu canh gà cho tôi. 當我生病，媽媽會煮雞肉湯給我喝。
canh riêu cua 螃蟹湯	Ăn món canh riêu cua làm tôi nhớ lại hồi nhỏ. 喝螃蟹湯讓我想到小時候。

2 Súp 濃湯

Từ vựng 詞彙	Câu ngắn thường dùng 常用短句
súp gà ngô non 玉米雞肉濃湯	Món khai vị là món súp gà ngô non. 開胃菜是玉米雞肉濃湯。
súp miso 味噌湯	Súp miso có nguồn gốc từ Nhật Bản. 味噌湯來自日本。
súp bí ngô 南瓜濃湯	Món nổi tiếng của nhà hàng này là súp bí ngô. 這家餐廳的招牌就是南瓜濃湯。
súp thập cẩm 羹湯	Tôi không thích ăn món súp thập cẩm. 我不喜歡喝羹湯。

3 Canh chua 酸湯

Từ vựng 詞彙	Câu ngắn thường dùng 常用短句
canh chua cay 酸辣湯	Ở Việt Nam không có món canh chua cay như của Đài Loan. 越南沒有像台灣的酸辣湯。
canh cá chua 酸菜魚湯	Tuần nào tôi cũng nấu canh cá chua. 每禮拜我都煮酸菜魚湯。
canh dưa chua 越式泡菜湯	Bạn đã ăn canh dưa chua của Việt Nam bao giờ chưa? 你喝過越式泡菜湯了嗎？

4 Chè 甜湯

Từ vựng 詞彙	Câu ngắn thường dùng 常用短句
chè bưởi 柚子甜湯	Anh Việt mở cửa hàng bán chè bưởi. 越哥在賣柚子甜湯。
chè long nhãn 龍眼湯	Chị Ngọc dạy tôi cách nấu chè long nhãn. 玉姊教我煮龍眼湯。
chè đậu xanh 綠豆湯	Tôi có thể ăn liền lúc hai cốc chè đậu xanh. 我可以連續喝兩杯綠豆湯。
chè đậu đỏ 紅豆湯	Làm sao để nấu chè đậu đỏ nhanh chín? 怎麼煮紅豆比較快？

MP3

Luyện tập | 練習

1. Chọn đáp án đúng. 選出正確答案。

① 青菜湯叫？

    A. canh luộc   B. canh chua cay   C. súp   D. canh xương

② 濃湯越語叫？

    A. chè đậu xanh   B. canh ngọt   C. canh chua   D. súp

③ 下面哪種是素菜湯？

    A. canh riêu cua   B. canh rau   C. canh gà   D. canh thịt bò

④ 哪種不是甜湯？

    A. chè đậu xanh   B. chè đậu đỏ   C. chè bưởi   D. canh xương

⑤ 哪種是越式酸湯？

    A. canh dưa chua   B. canh rong biển   C. canh gà   D. canh thập cẩm

2. Chọn đáp án đúng. 選出正確答案。

① canh riêu cua

    A. 牛肉湯   B. 魚湯   C. 螃蟹湯

② canh hầm thuốc bắc

    A. 牛肉湯   B. 中藥湯   C. 雞肉湯

③ súp gà ngô non

    A. 排骨湯   B. 酸辣湯   C. 玉米雞肉濃湯

④ canh trứng

    A. 紫菜湯   B. 蛋花湯   C. 南瓜濃湯

⑤ chè bưởi

    A. 柚子甜湯   B. 紅豆湯   C. 龍眼湯

2：①C, ②B, ③C, ④B, ⑤A   1：①A, ②D, ③B, ④D, ⑤A

答案：

Sơ đồ tư duy | 心智圖

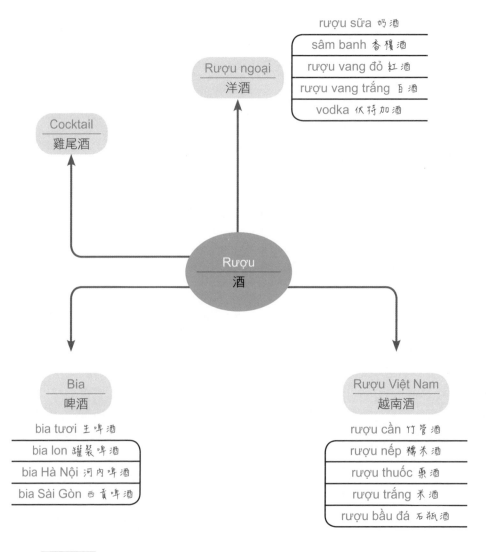

rượu sữa 奶酒

Rượu ngoại
洋酒
- sâm banh 香檳酒
- rượu vang đỏ 紅酒
- rượu vang trắng 白酒
- vodka 伏特加酒

Cocktail
雞尾酒

Rượu
酒

Bia
啤酒

bia tươi 生啤酒
- bia lon 罐裝啤酒
- bia Hà Nội 河內啤酒
- bia Sài Gòn 西貢啤酒

Rượu Việt Nam
越南酒

rượu cần 竹管酒
- rượu nếp 糯米酒
- rượu thuốc 藥酒
- rượu trắng 米酒
- rượu bầu đá 石瓶酒

MP3

Hội thoại | 會話

A : Luật giao thông mới rất nghiêm, nếu lái xe mà uống rượu thì sẽ bị phạt rất nặng, anh biết chứ?

新的交通規定，如果喝酒開車就會被罰款很重，你知道嗎？

B : Tôi biết, vì vậy giờ nếu có uống rượu thì tôi cũng không dám lái xe đâu.

我知道啊，所以現在如果喝酒我也不敢開車了啦！

A : Tôi giờ cũng hạn chế uống bia rượu rồi, uống nhiều không tốt cho sức khỏe.

我現在也盡量少喝酒，喝多也對身體不好。

Từ vựng và câu ngắn thường dùng | 詞彙與常用短句

1 Rượu ngoại 洋酒

Từ vựng 詞彙	Câu ngắn thường dùng 常用短句
rượu sữa 奶酒	Uống rượu sữa rất ngon nhưng rất dễ say. 奶酒很好喝但很容易醉。
sâm banh 香檳酒	Bố tôi mua về ba chai sâm banh. 我爸爸買三瓶香檳酒回來。
rượu vang đỏ 紅酒	Mỗi tối tôi đều uống chút rượu vang đỏ. 每個晚上我都喝點紅酒。
rượu vang trắng 白酒	Rượu vang trắng thường uống khi ăn hải sản. 白酒要配海鮮吃。
vodka 伏特加酒	Vodka là rượu mạnh. 伏特加酒是烈酒的一種。

2 Rượu Việt Nam 越南酒

Từ vựng 詞彙	Câu ngắn thường dùng 常用短句
rượu cần 竹管酒	Muốn uống rượu cần ngon tôi có thể dẫn anh đi. 想喝好喝的竹管酒就跟我走。
rượu nếp 糯米酒	Tôi uống một chút rượu nếp là say rồi. 我只要喝一點糯米酒就醉了。
rượu thuốc 藥酒	Bố tôi có một bình rượu thuốc rất bổ. 我爸爸有一瓶很貴的藥酒。
rượu trắng 米酒	Uống canh thịt bò nên cho một chút rượu trắng. 喝牛肉湯該加一點米酒。
rượu bầu đá 石瓶酒	Rượu bầu đá là loại rượu ngon nổi tiếng ở Bình Định. 石瓶酒是在平定省有名的一種酒。

3 Bia 啤酒和其他

Từ vựng 詞彙	Câu ngắn thường dùng 常用短句
bia tươi 生啤酒	Tôi thấy đằng trước có bán bia tươi. 我看到前面有賣生啤酒。
bia lon 罐裝啤酒	Loại bia lon này tiện lợi và rất dễ sử dụng. 這種罐裝啤酒很便利，好用。
bia Hà Nội 河內啤酒	Hôm nay công ty chúng tôi đi thăm nhà máy bia Hà Nội. 今天我們去參觀河內啤酒廠。
bia Sài Gòn 西貢啤酒	Nghe nói bia Sài Gòn uống rất đã. 聽說西貢啤酒喝起來很清爽。
cocktail 雞尾酒	Mỗi lần đi bar tôi đều uống một ly cocktail. 每次去酒吧我都點一杯雞尾酒。

Luyện tập │ 練習

1. Chọn đáp án đúng. 選出正確答案。

① 生啤酒是哪種？

    A. bia tươi   B. bia lon   C. bia Hà Nội   D. bia Sài Gòn

② 台灣少見的是哪種酒？

    A. rượu cần   B. rượu vodka   C. rượu vang đỏ   D. sâm banh

③ 有泡東西在裡面的叫什麼酒？

    A. rượu vodka   B. rượu trắng   C. rượu thuốc   D. sâm banh

④ 喝以下哪種酒的時候需要使用竹管？

    A. rượu nếp   B. sâm banh   C. rượu bầu đá   D. rượu cần

⑤ 在越南常見的哪種啤酒？

    A. bia Hà Nội   B. bia Sài Gòn   C. bia tươi   D. 以上皆是

2. Chọn đáp án đúng. 選出正確答案。

① rượu sữa

    A. 泡酒   B. 奶酒   C. 米酒

② rượu cần

    A. 白酒   B. 泡酒   C. 竹管酒

③ bia Hà Nội

    A. 河內啤酒   B. 西貢啤酒   C. 台灣啤酒

④ rượu thuốc

    A. 是中藥泡在酒裡面   B. 是動物泡在酒裡面   C. 以上皆是

⑤ rượu cần

    A. 倒出來喝   B. 用整瓶喝   C. 用竹管喝

1. ①A, ②A, ③C, ④D, ⑤D   2. ①B, ②C, ③A, ④C, ⑤C

答案：

MP3

Ngân hàng và tiền tệ
銀行與幣別

Tỷ giá bây giờ là 1 đài tệ bằng 750 Việt Nam đồng.
目前匯率為台幣1元等於750越南盾。

Ngân hàng

Tôi muốn đổi tiền đài tệ sang tiền Việt.
我想把台幣兌換成越南盾。

單元一
Ngân hàng
銀行

單元二
Tiền tệ
貨幣

Ngân hàng
銀行

Sơ đồ tư duy | 心智圖

gửi tiền 匯款
gửi tiết kiệm không kỳ hạn
活期存款
vay lãi 貸款
rút tiền 提款
đổi tiền 幣列兌換
chuyển tiền 轉帳
gửi tiết kiệm định kỳ
定期存款

Nghiệp vụ
業務

Loại hình
類型

ngân hàng nhà nước
國家銀行
ngân hàng hải ngoại
國外銀行
ngân hàng nông nghiệp
農業銀行
ngân hàng ngầm
地下錢莊
ngân hàng thương mại
商業銀行
ngân hàng tư nhân
私人銀行
ngân hàng trung ương
中央銀行

Ngân hàng

Chứng khoán
證券

thẻ rút tiền 金融卡
thẻ tín dụng 信用卡
chứng khoán 證券
cổ phiếu 股票
chi phiếu 支票
hóa đơn 發票
thẻ ngân hàng 銀行卡
hối phiếu 本票
ngân phiếu 匯票

Từ vựng và câu ngắn thường dùng │ 詞彙與常用短句

1 Loại hình 類型

Từ vựng 詞彙	Câu ngắn thường dùng 常用短句
ngân hàng nhà nước 國家銀行	Ngân hàng phát triển Việt Nam（viết tắt：VDB）là ngân hàng nhà nước. 越南發展銀行（簡寫：VDB）是國家銀行。
ngân hàng hải ngoại 國外銀行	Ngân hàng hải ngoại có rất nhiều chi nhánh tại Hà Nội. 海外銀行在河內有很多分行。
ngân hàng nông nghiệp 農業銀行	Gần nhà tôi có ngân hàng nông nghiệp. 我家附近有一家農業銀行。
ngân hàng ngầm 地下錢莊	Bố anh ấy đến ngân hàng ngầm để vay tiền. 他爸爸到地下錢莊借錢。
ngân hàng thương mại 商業銀行	Ngân hàng thương mại này rất có uy tín. 這家商業銀行非常有信譽。
ngân hàng tư nhân 私人銀行	Hiện nay có rất nhiều ngân hàng tư nhân được thành lập tại đây. 目前有很多私人銀行在這裡成立。
ngân hàng trung ương 中央銀行	Hầu hết các ngân hàng trung ương đều thuộc sở hữu của nhà nước. 所有中央銀行都屬於國家的。

2 Nghiệp vụ 業務

Từ vựng 詞彙	Câu ngắn thường dùng 常用短句
gửi tiền 匯款	Hôm qua bố mới gửi tiền cho tôi. 昨天爸爸剛匯錢給我。
gửi tiết kiệm không kỳ hạn 活期存款	Gửi tiết kiệm không kỳ hạn lãi suất rất thấp. 活期存款的利率非常低。

Từ vựng 詞彙	Câu ngắn thường dùng 常用短句
vay lãi 貸款	Bạn có thể đến bất cứ ngân hàng nào để đăng ký vay lãi. 您可以到任何銀行申請貸款。
rút tiền 提款	Chị ấy đi rút tiền rồi. 她去提款了。
đổi tiền 幣別兌換／換錢	Anh muốn đổi tiền phải không? 你想換錢對嗎？
chuyển tiền 轉帳	Có thể chỉ cho tôi cách chuyển tiền không? 你可以教我如何轉帳嗎？
gửi tiết kiệm định kỳ 定期存款	Chồng tôi hàng tháng đến ngân hàng gửi tiết kiệm định kỳ. 我丈夫每個月都去銀行定期存款。

3 Chứng khoán 證券

Từ vựng 詞彙	Câu ngắn thường dùng 常用短句
thẻ rút tiền 金融卡	Thẻ rút tiền của tôi mất rồi. 我的金融卡不見了。
thẻ tín dụng 信用卡	Tôi dùng thẻ tín dụng để thanh toán. 我使用信用卡付款。
chứng khoán 證券	Ở đây vừa cập nhật thông tin mới nhất về thị trường chứng khoán. 我們這裡剛更新最新的證券市場。
cổ phiếu 股票	Hôm nay có bao nhiêu người mua cổ phiếu? 今天有多少人買股票？
chi phiếu 支票	Anh ấy vừa nhận được chi phiếu sáng nay. 他早上剛收到支票。
hóa đơn 發票	Cô có thể cung cấp hóa đơn cho tôi không? 你可以提供發票給我嗎？

Từ vựng 詞彙	Câu ngắn thường dùng 常用短句
thẻ ngân hàng 銀行卡	Đây là thẻ ngân hàng của anh. 這是你的銀行卡。
hối phiếu 本票	Hối phiếu là mệnh lệnh trả tiền vô điều kiện dưới dạng văn bản. 本票是一種書面形式的無條件支付令。
ngân phiếu 匯票	Chị Mai ơi, ngân phiếu là gì vậy? 梅姊，匯票是什麼呢？

Luyện tập | 練習

07-011

1. Nghe và viết lại từ vựng đã được nghe.

掃描右側QR聆聽音檔，聽完並寫下你所聽到的單字。

① _____

② _____

③ _____

④ _____

⑤ _____

1：①thẻ tín dụng, ②ngân phiếu, ③vay lãi, ④gửi tiền, ⑤ngân hàng thương mại

答案：

Tiền tệ

貨幣

Sơ đồ tư duy | 心智圖

năm trăm đồng
五百越盾

một nghìn đồng
一千越盾

hai nghìn đồng
兩千越盾

năm nghìn đồng
五千越盾

mười nghìn đồng
一萬越盾

hai mươi nghìn đồng
兩萬越盾

năm mươi nghìn đồng
五萬越盾

một trăm nghìn đồng
十萬越盾

hai trăm nghìn đồng
二十萬越盾

năm trăm nghìn đồng
五十萬越盾

Mệnh giá tiền Việt
越南貨幣面額

Tiền tệ của các nước
各國貨幣

Đồng Euro
歐元

Đô la Mỹ
美元

Ringít Malaisya
馬幣

Đài tệ
台幣

Nhân dân tệ
人民幣

Đô la Hồng Công
港幣

Bath Thái
泰銖

Bảng Anh
英鎊

Phơ răng Thụy Sỹ
瑞士法郎

Đồng pesos
比索

Đồng Việt Nam
越南盾

Đô la Úc
澳幣

Hội thoại | 會話

A : Chào chị, tôi có thể giúp gì cho chị?
您好，我能幫您什麼嗎？

B : Chào anh, tôi muốn đổi tiền đài tệ sang tiền Việt.
你好，我想把台幣兌換成越南盾。

A : Được ạ, tỷ giá bây giờ là 1 đài tệ bằng 750 Việt Nam đồng.
可以的，目前匯率為台幣1元等於750越南盾。

B : Tôi muốn đổi 1000 Đài tệ.
我想換台幣1000元。

A : Tiền Việt của chị đây ạ, tổng cộng là 750,000 đồng.
這是您的越南盾，總共750,000盾。

B : Chính xác rồi, cảm ơn anh.
金額正確了，謝謝你。

Từ vựng｜詞彙

1 Mệnh giá tiền Việt 越南貨幣面額

100～1億怎麼念？

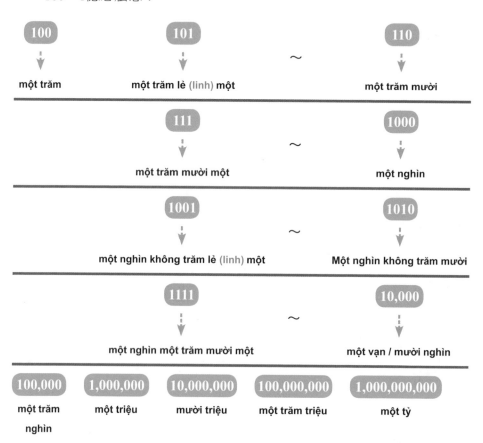

100	101	~	110
một trăm	một trăm lẻ (linh) một		một trăm mười

111		~	1000
một trăm mười một			một nghìn

1001		~	1010
một nghìn không trăm lẻ (linh) một			Một nghìn không trăm mười

1111		~	10,000
một nghìn một trăm mười một			một vạn / mười nghìn

100,000	1,000,000	10,000,000	100,000,000	1,000,000,000
một trăm nghìn	một triệu	mười triệu	một trăm triệu	một tỷ

năm trăm đồng	五百越盾	hai mươi nghìn đồng	兩萬越盾
một nghìn đồng	一千越盾	năm mươi nghìn đồng	五萬越盾
hai nghìn đồng	兩千越盾	một trăm nghìn đồng	十萬越盾
năm nghìn đồng	五千越盾	hai trăm nghìn đồng	二十萬越盾
mười nghìn đồng	一萬越盾	năm trăm nghìn đồng	五十萬越盾

MP3

2 Tiền tệ của các nước 各國貨幣

越南文	中文	簡寫
Đồng Euro	歐元	EUR
Đô la Mỹ	美元	USD
Bảng Anh	英鎊	GBP
Đài tệ	台幣	NT
Nhân dân tệ	人民幣	CNY
Đô la Hồng Kông	港幣	HKD
Bath Thái	泰銖	THB
Ringít Malaisya	馬幣	MYR
Phơ răng Thụy Sỹ	瑞士法郎	CHF
Đồng pesos	比索（菲律賓幣值）	PHP
Đô la Úc	澳幣	AUD
Đồng Việt Nam	越南盾	VND

Luyện tập │ 練習

1. **Viết ra đúng các mệnh giá tiền dưới đây.**

請寫出正確越南貨幣面額。

① _____

② _____

③ _____

④ _____

07-021

2 **Nghe và viết lại.**

掃描右側QR聆聽音檔，並寫出正確答案。

① _____

② _____

③ _____

④ _____

答案：

1：①năm trăm nghìn đồng ②một trăm nghìn đồng
③hai mươi nghìn đồng ④hai trăm nghìn đồng

2：①200 đô la Mỹ，②1000 bảng Anh，③60 bath Thái，④600 Đài tệ

MP3

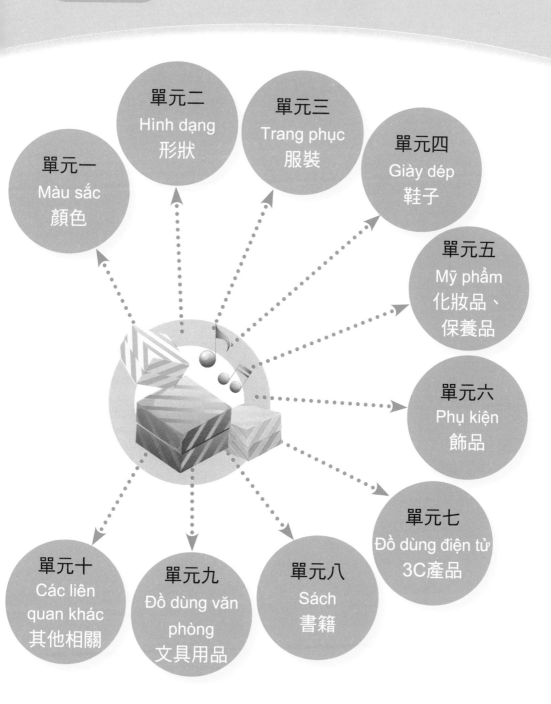

單元二
Hình dạng
形狀

單元三
Trang phục
服裝

單元四
Giày dép
鞋子

單元一
Màu sắc
顏色

單元五
Mỹ phẩm
化妝品、
保養品

單元六
Phụ kiện
飾品

單元十
Các liên
quan khác
其他相關

單元九
Đồ dùng văn
phòng
文具用品

單元八
Sách
書籍

單元七
Đồ dùng điện tử
3C產品

Bài 1

單元一

Màu sắc

顏色

Sơ đồ tư duy │ 心智圖

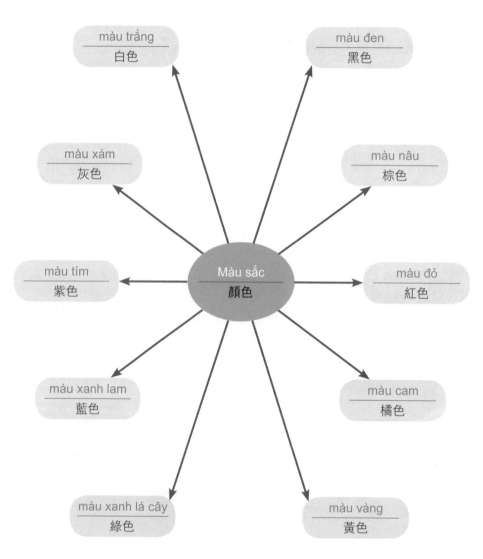

màu trắng
白色

màu đen
黑色

màu xám
灰色

màu nâu
棕色

màu tím
紫色

Màu sắc
顏色

màu đỏ
紅色

màu xanh lam
藍色

màu cam
橘色

màu xanh lá cây
綠色

màu vàng
黃色

Hội thoại｜會話

A : Chị ơi. Xin hỏi chiếc áo này còn màu khác không?
小姐。請問這件衣服還有其它顏色嗎？

B : Dạ chiếc đó chỉ còn màu đen và màu trắng thôi anh. Anh muốn xem màu gì?
哦，那件只剩下黑色跟白色。你想看什麼顏色呢？

A : Chị có thể lấy cho tôi xem chiếc màu đen size M được không?
你可以給我看黑色 M 號嗎？

B : Dạ, không vấn đề gì. Xin anh đợi chút.
好的，沒問題。請稍等一下。

A : Cảm ơn chị.
謝謝你。

Từ vựng và câu ngắn thường dùng | 詞彙與常用短句

Từ vựng 詞彙	Câu ngắn thường dùng 常用短句
màu trắng 白色	Tôi có một chiếc túi màu trắng rất đẹp. 我有一個很好看的白色包包。
màu đen 黑色	Chiếc váy màu đen đó nhìn rất sang. 那件黑色裙子看起來很有質感。
màu nâu 棕色	Tôi muốn nhuộm tóc màu nâu. 我想把頭髮染成棕色。
màu đỏ 紅色	Màu đỏ là màu của may mắn. 紅色是幸運顏色。
màu cam 橘色	Điện thoại của tôi màu cam. 我的手機是橘色的。
màu vàng 黃色	Xe taxi ở Đài Loan hầu hết đều là màu vàng. 台灣的計程車大部分是黃色的。
màu xanh lá cây 綠色	Cho tôi mượn chiếc bút màu xanh lá cây được không? 可以借給我那隻綠色的筆嗎？
màu xanh lam 藍色	Tôi thích ngắm bầu trời màu xanh lam. 我喜歡看藍色的天空。
màu tím 紫色	Chị ấy mặc một chiếc áo màu tím. 她穿了一件紫色的上衣。
màu xám 灰色	Đôi giày màu xám là của bạn gái tôi. 那雙灰色鞋子是我女朋友的。

MP3

Luyện tập | 練習

Chọn và nối đáp án chính xác. 選出與連接正確答案。

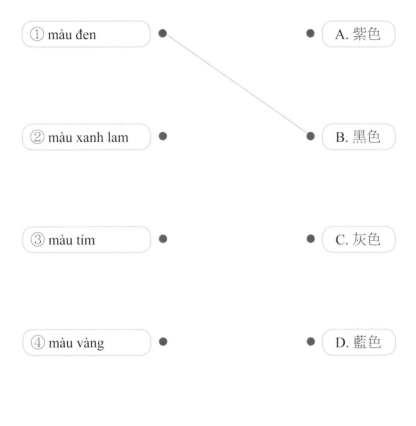

① màu đen ●   ● A. 紫色

② màu xanh lam ●   ● B. 黑色

③ màu tím ●   ● C. 灰色

④ màu vàng ●   ● D. 藍色

⑤ màu xám ●   ● E. 黃色

①B, ②D, ③A, ④E, ⑤C

答案：

Sơ đồ tư duy │ 心智圖

hình vuông
正方形

hình ô van
橢圓形

hình tròn
圓形

hình tam giác
三角形

hình mũi tên
箭頭

hình thoi
菱形

hình sao
星形

hình trái tim
心形

hình chữ nhật
長方形

hình thang
梯形

Hội thoại ｜ 會話

A：Hôm qua sinh nhật chị, ông xã tặng chị cái gì?
昨天是你的生日，老公送給你什麼呢？

B：Anh ấy tặng tôi một bó hoa hồng và một chiếc bánh gato hình trái tim rất đẹp.
老公送給我一束玫瑰花與心形生日蛋糕。

A：Ôi thật là lãng mạn quá đi. Chúc mừng chị nhé.
哇！好浪漫哦，恭喜你！

B：Cám ơn em. Hihi.
謝謝你。嘻嘻。

Từ vựng và câu ngắn thường dùng ｜ 詞彙與常用短句

Từ vựng 詞彙	Câu ngắn thường dùng 常用短句
hình vuông 正方形	Bánh chưng Việt Nam có hình vuông. 越南粽子有正方形的。
hình tròn 圓形	Đưa giúp tôi cái bát hình tròn đó. 給我圓形的那個碗。
hình mũi tên 箭頭	Anh hãy đi theo hình mũi tên chỉ dẫn. 你跟著箭頭的引導走。
hình sao 星形	Chiếc đèn lồng hình sao đó do tôi tự làm. 那個星形的燈籠是我自己做的。

Từ vựng 詞彙	Câu ngắn thường dùng 常用短句
hình chữ nhật 長方形	Chiếc hộp hình chữ nhật đó là của tôi. 長方形的盒子是我的。
hình ô van 橢圓形	Cô ấy tặng tôi một chiếc bình hình ô van. 她送我一個橢圓形的瓶子。
hình tam giác 三角形	Chiếc bánh hình tam giác này rất ngọt. 這個三角形的蛋糕好甜。
hình thoi 菱形	Trong chiếc hộp hình thoi đó là cái gì vậy? 菱形的盒子裡面是什麼東西呢？
hình trái tim 心形	Hình trái tim là biểu tượng của tình yêu. 心形代表了愛情。
hình thang 梯形	Diện tích hình thang tính như thế nào? 梯形的面積怎麼算？

Luyện tập｜練習

Chọn và nối đáp án chính xác. 選出與連接正確答案。

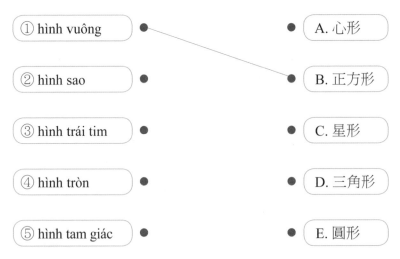

① hình vuông ●   ● A. 心形

② hình sao ●   ● B. 正方形

③ hình trái tim ●   ● C. 星形

④ hình tròn ●   ● D. 三角形

⑤ hình tam giác ●   ● E. 圓形

①B、②D、③A、④E、⑤C
答案：

Bài 3
單元三

Trang phục
服裝

Sơ đồ tư duy | 心智圖

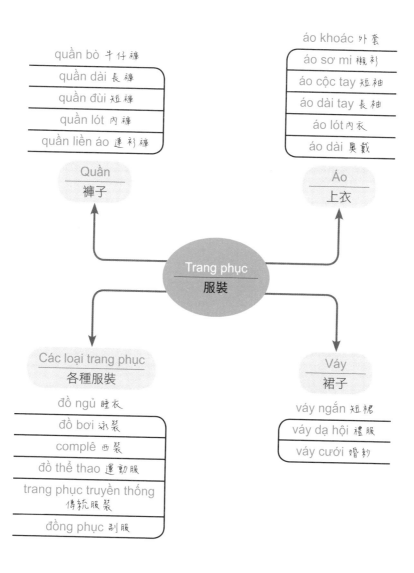

quần bò 牛仔褲
quần dài 長褲
quần đùi 短褲
quần lót 內褲
quần liền áo 連衫褲

Quần
褲子

áo khoác 外套
áo sơ mi 襯衫
áo cộc tay 短袖
áo dài tay 長袖
áo lót 內衣
áo dài 奧戴

Áo
上衣

Trang phục
服裝

Các loại trang phục
各種服裝

đồ ngủ 睡衣
đồ bơi 泳裝
complê 西裝
đồ thể thao 運動服
trang phục truyền thống
傳統服裝
đồng phục 制服

Váy
裙子

váy ngắn 短裙
váy dạ hội 禮服
váy cưới 婚紗

Hội thoại | 會話

A：Sắp tết rồi, tôi muốn mua vài bộ quần áo mới.
快過年了，我想去買幾套新衣服。

B：Bạn muốn đi đâu mua?
你想去哪裡買？

A：Tôi muốn đi xem quần áo ở trung tâm thương mại Vincom.
我想去 Vincom 百貨公司看衣服。

B：Hình như là đang có giảm giá đấy.
好像在有特價哦。

MP3

Từ vựng và câu ngắn thường dùng │ 詞彙與常用短句

1 Quần 褲子

Từ vựng 詞彙	Câu ngắn thường dùng 常用短句
quần bò 牛仔褲	Cô ấy mặc quần bò kết hợp áo phông nhìn rất trẻ trung. 他穿牛仔褲配T恤看起來很年輕。
quần dài 長褲	Đi làm nên mặc quần dài. 上班要穿長褲。
quần đùi 短褲	Tôi chưa bao giờ mặc quần đùi đi làm. 我從來沒有穿短褲去上班。
quần lót 內褲	Loại quần lót bằng cotton thấm mồ hôi rất tốt. 純棉的內褲，吸汗的效果很好。
quần liền áo 連衫褲	Trẻ con mặc quần liền áo trông rất đáng yêu. 小朋友穿連衫褲看起來很可愛。

2 Áo 上衣

Từ vựng 詞彙	Câu ngắn thường dùng 常用短句
áo khoác 外套	Chiếc áo khoác này được làm bằng da bò thật. 這件外套是真牛皮做的。
áo sơ mi 襯衫	Chiếc áo sơ mi màu trắng của tôi bị phai màu rồi. 我的白色襯衫被染色了。
áo cộc tay 短袖	Thời tiết nóng quá, tôi thích mặc áo cộc tay. 天氣太熱，我喜歡穿短袖。
áo dài tay 長袖	Mùa hè mặc áo dài tay rất nóng. 夏天穿長袖很熱。
áo lót 內衣	Cô ấy rủ tôi đi mua áo lót. 她叫我陪她去買內衣。
áo dài 奧戴	Con gái Việt Nam mặc áo dài nhìn rất đẹp. 越南女生穿奧戴很好看。

3 Váy 裙子

Từ vựng 詞彙	Câu ngắn thường dùng 常用短句
váy ngắn 短裙	Đi lễ chùa không nên mặc váy ngắn. 去拜拜不要穿短裙。
váy dạ hội 禮服	Tôi phải chuẩn bị một bộ váy dạ hội cho tiệc tất niên cuối năm của công ty. 為了公司年底的尾牙，我要準備一套禮服。
váy cưới 婚紗	Cô ấy mặc váy cưới thật là đẹp. 她穿婚紗真的很漂亮。

4 Các loại trang phục 各種服裝

Từ vựng 詞彙	Câu ngắn thường dùng 常用短句
đồ ngủ 睡衣	Cô ấy mặc đồ ngủ trông rất gợi cảm. 她穿睡衣看起來很性感。
đồ bơi 泳裝	Lần này đi Nha Trang chơi tôi phải mang theo vài bộ đồ bơi. 這次去芽莊玩，我要多帶幾套泳裝。
complê 西裝	Khi đi họp tôi nhất định phải mặc complê. 開會的時候我一定要穿西裝。
đồ thể thao 運動服	Cạnh nhà tôi có cửa hàng bán đồ thể thao. 在我家附近有賣運動服的商店。
trang phục truyền thống 傳統服裝	Áo dài là trang phục truyền thống của Việt Nam. 奧戴是越南的傳統國服。
đồng phục 制服	Khi đi làm, mọi người bắt buộc phải mặc đồng phục. 上班的時候大家必須要穿制服。

MP3

Luyện tập │ 練習

1. Thay thế.

請使用右邊的詞彙替換句子畫線的地方，並且唸出完整句子。

> ⇒ vài bộ đồ ngủ
> ⇒ một chiếc quần bò
> ⇒ vài cái áo sơ mi
> ⇒ vài cái áo cộc tay
> ⇒ một bộ comlê

- Tôi muốn mua <u>một bộ đồ bơi</u>.

2. Chọn đáp án đúng. 選出正確答案。

① áo dài

    A. 奧戴   B. 褲子   C. 裙子

② áo cộc tay

    A. 長袖   B. 短袖   C. 短褲

③ comlê

    A. 制服   B. 傳統服裝   C. 西裝

④ đồ bơi

    A. 泳裝   B. 睡衣   C. 運動服

⑤ quần bò

    A. 長褲   B. 短褲   C. 牛仔褲

2：①A、②B、③C、④A、⑤C

答案：

Bài 4 · 單元四 · Giày dép · 鞋子

Sơ đồ tư duy | 心智圖

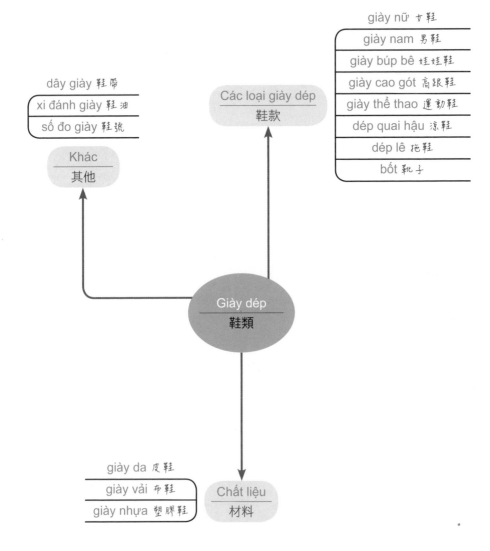

giày nữ 女鞋

giày nam 男鞋

giày búp bê 娃娃鞋

giày cao gót 高跟鞋

giày thể thao 運動鞋

dép quai hậu 涼鞋

dép lê 拖鞋

bốt 靴子

Các loại giày dép
鞋款

dây giày 鞋帶

xi đánh giày 鞋油

số đo giày 鞋號

Khác
其他

Giày dép
鞋類

giày da 皮鞋

giày vải 布鞋

giày nhựa 塑膠鞋

Chất liệu
材料

MP3

Hội thoại | 會話

A : Sắp tới công ty có tiệc tất niên, chị muốn đi mua một đôi giày mới.

公司快要吃尾牙了，我想去買一雙新鞋子。

B : Chị muốn mua loại giày như thế nào?

你想買怎樣的鞋子呢？

A : Chị muốn mua đôi giày da xịn một chút.

我想買一雙比較好看一點的。

B : Em biết chỗ bán giày vừa rẻ vừa đẹp, để em dẫn chị đi.

我知道賣鞋子又便宜又好看的地方，我帶你去。

Từ vựng và câu ngắn thường dùng | 詞彙與常用短句

1 **Các loại giày dép 鞋款**

Từ vựng 詞彙	Câu ngắn thường dùng 常用短句
giày nữ 女鞋	Ở gần đây có rất nhiều cửa hàng bán giày nữ. 在這附近有很多賣女鞋的商店。
giày nam 男鞋	Anh thấy đôi giày nam nào đẹp? 你覺得哪雙男鞋好看？
giày búp bê 娃娃鞋	Cô ấy mua một đôi giày búp bê màu hồng. 她買了一雙粉紅色的娃娃鞋。
giày cao gót 高跟鞋	Cô ấy đi giày cao gót trông càng nữ tính hơn. 她穿高跟鞋看起來更有女人味。

Từ vựng 詞彙	Câu ngắn thường dùng 常用短句
bốt 靴子	Bạn đi đôi bốt đó rất mốt. 你穿那雙靴子很時尚。
giày thể thao 運動鞋	Vì để chạy bộ nên tôi quyết định mua một đôi giày thể thao tốt. 為了跑步，所以我決定買一雙好的運動鞋。
dép quai hậu 涼鞋	Mùa hè đi dép quai hậu cho mát. 夏天穿涼鞋比較涼快。
dép lê 拖鞋	Anh đi đôi dép lê này đi. 這雙拖鞋給你穿。

2 Chất liệu 材料

Từ vựng 詞彙	Câu ngắn thường dùng 常用短句
giày da 皮鞋	Trong những sự kiện quan trọng đàn ông nên mặc comple và đi giày da. 男士在重要場合要穿西裝加皮鞋。
giày vải 布鞋	Đôi giày vải này đi rất thoải mái. 這雙布鞋穿起來很舒服。
giày nhựa 塑膠鞋	Giày nhựa đi trời mưa sẽ không bị ướt. 塑膠鞋下雨天穿不會溼掉。

3 Khác 其他

Từ vựng 詞彙	Câu ngắn thường dùng 常用短句
dây giày 鞋帶	Dây giày của anh bị tuột rồi. 你的鞋帶掉了。
xi đánh giày 鞋油	Tôi mới mua một hộp xi đánh giày. 我剛買一盒鞋油。
số đo giày 鞋號	Số đo giày của anh là bao nhiêu? 你的鞋號是多少？

Luyện tập | 練習

1. Chọn đáp án đúng. 選出正確答案。

① 跑步的時候要穿？

    A. giày thể thao   B. giày da   C. dép lê

② 女生喜歡穿哪種鞋子？

    A. dép lê   B. bốt   C. giày cao gót

③ 皮鞋的越語叫？

    A. giày vải   B. giày thể thao   C. giày da

④ 你的鞋號是多少呢？

    A. số đo giày   B. loại giày   C. màu sắc giày

⑤ 拖鞋的越南語叫？

    A. dép lê   B. giày vải   C. bốt

2. Hoàn thành câu. 整理成完整句子。

① mua / tôi / muốn / đôi giày này.

_____

② xin hỏi / không / có bán / chị/ giày nam.

_____

③ bao nhiêu tiền / đôi giày kia?

_____

④ của tôi / là / số đo giày / 40.

_____

Mỹ phẩm
化妝品、保養品

Sơ đồ tư duy | 心智圖

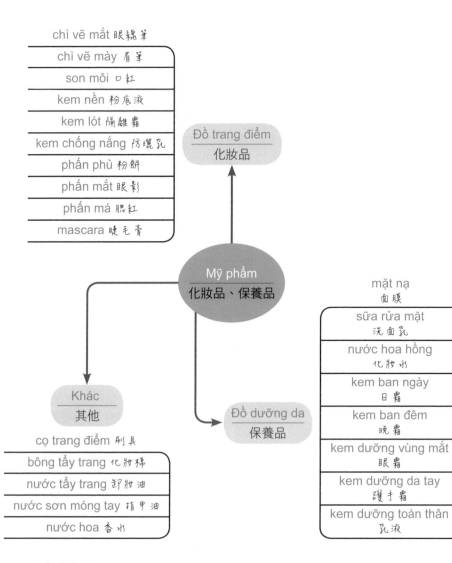

chì vẽ mắt 眼線筆

chì vẽ mày 眉筆

son môi 口紅

kem nền 粉底液

kem lót 隔離霜

kem chống nắng 防曬乳

phấn phủ 粉餅

phấn mắt 眼影

phấn má 腮紅

mascara 睫毛膏

Đồ trang điểm
化妝品

Mỹ phẩm
化妝品、保養品

mặt nạ
面膜

sữa rửa mặt
洗面乳

nước hoa hồng
化妝水

kem ban ngày
日霜

kem ban đêm
晚霜

kem dưỡng vùng mắt
眼霜

kem dưỡng da tay
護手霜

kem dưỡng toàn thân
乳液

Đồ dưỡng da
保養品

Khác
其他

cọ trang điểm 刷具

bông tẩy trang 化妝棉

nước tẩy trang 卸妝油

nước sơn móng tay 指甲油

nước hoa 香水

MP3

Hội thoại | 會話

A: Dạo này da của em bị mọc mụn nhiều quá, phải làm sao đây?

最近我皮膚長好多痘痘，怎麼辦呢？

B: Hay là do em bị dị ứng mỹ phẩm?

還是你對化妝品過敏？

A: Em cũng không biết nữa, nhưng em dùng toàn loại mỹ phẩm đắt tiền thôi.

我也不知道，但我都用比較貴的保養品呢！

B: Mỹ phẩm đắt tiền chưa chắc là không bị dị ứng, còn phải xem có hợp với da của em không nữa.

貴的化妝品不一定不過敏哦，還要看有沒有適合你的皮膚。

Từ vựng và câu ngắn thường dùng | 詞彙與常用短句

1 **Đồ trang điểm** 化妝品

Từ vựng 詞彙	Câu ngắn thường dùng 常用短句
chì vẽ mắt 眼線筆	Loại chì vẽ mắt này được rất nhiều người đẹp nổi tiếng khuyên dùng. 許多明星都推薦這種眼線筆。
chì vẽ mày 眉筆	Cô ấy hỏi tôi mua chì vẽ mày ở đâu. 她問我在哪裡買眉筆。

Từ vựng 詞彙	Câu ngắn thường dùng 常用短句
son môi 口紅	Màu son môi này hiện đang rất hót. 這種口紅的顏色現在很夯。
kem nền 粉底液	Tôi thích dùng kem nền tự nhiên. 我喜歡用天然的粉底液。
kem lót 隔離霜	Trước khi trang điểm nên dùng kem lót. 化妝之前要用隔離霜。
kem chống nắng 防曬乳	Đi tắm biển nhớ mang theo kem chống nắng. 去海邊記得帶防曬乳。
phấn phủ 粉餅	Phấn phủ của tôi gần hết rồi. 我的粉餅快沒了。
phấn mắt 眼影	Màu phấn mắt của cô ấy rất đẹp. 她眼影的顏色很好看。
phấn má 腮紅	Tôi hoàn toàn không dùng phấn má. 我完全沒有用腮紅。
mascara 睫毛膏	Loại mascara không trôi này dùng rất thích. 這種防水功能的睫毛膏很好用。

2 Đồ dưỡng da 保養品

Từ vựng 詞彙	Câu ngắn thường dùng 常用短句
mặt nạ 面膜	Mỗi tuần tôi đắp mặt nạ hai lần. 我每個禮拜敷面膜兩次。
sữa rửa mặt 洗面乳	Một ngày nên rửa mặt hai lần bằng sữa rửa mặt. 一天應該要用洗面乳洗臉兩次。
nước hoa hồng 化妝水	Nước hoa hồng làm se khít lỗ chân lông. 化妝水能讓毛細孔縮小。
kem ban ngày 日霜	Kem ban ngày giúp da dưỡng ẩm. 日霜幫助皮膚保溼。

Từ vựng 詞彙	Câu ngắn thường dùng 常用短句
kem ban đêm 晚霜	Tôi dùng kem ban đêm trước khi đi ngủ. 睡覺之前我會使用晚霜。
kem dưỡng vùng mắt 眼霜	Phụ nữ 25 tuổi trở lên nên dùng kem dưỡng mắt. 25歲以上的女生最好擦眼霜。
kem dưỡng da tay 護手霜	Mùa đông tôi thường dùng kem dưỡng da tay. 冬天我常用護手霜。
kem dưỡng toàn thân 乳液	Sau khi tắm xong tôi hay bôi kem dưỡng toàn thân. 洗完澡之後我全身擦乳液。

3 Khác 其他

Từ vựng 詞彙	Câu ngắn thường dùng 常用短句
cọ trang điểm 刷具	Bộ cọ trang điểm này rất tốt. 這套刷具很好用。
bông tẩy trang 化妝棉	Tôi đi siêu thị mua bông tẩy trang. 我去超市買化妝棉。
nước tẩy trang 卸妝油	Trước khi rửa mặt, tôi nhất định phải dùng nước tẩy trang. 我洗臉之前一定會先用卸妝油卸妝。
nước sơn móng tay 指甲油	Phụ nữ có thai không nên dùng nước sơn móng tay. 孕婦建議不要用指甲油。
nước hoa 香水	Anh ấy dùng nước hoa của Chanel. 他用的香水品牌是香奈兒。

Luyện tập | 練習

1. Chọn đáp án đúng. 選出正確答案。

① 洗臉的時候要用？

    A. nước sơn móng tay   B. sữa rửa mặt   C. mặt nạ

② 哪種有防曬的作用？

    A. kem chống nắng   B. kem dưỡng vùng mắt C. kem dưỡng da tay

③ 擦在嘴唇上面的叫？

    A. kem nền   B. son môi   C. phấn mắt

④ 卸妝的時候就用？

    A. nước hoa hồng   B. nước tẩy trang   C. nước sơn móng tay

⑤ 哪種非常有香味？

    A. nước tẩy trang   B. nước hoa hồng   C. nước hoa

2. Chọn và nối đáp án chính xác. 選出與連接正確答案。

① son môi   ●   ●   A. 香水

② chì vẽ mày   ●   ●   B. 防曬乳

③ tnước hoa   ●   ●   C. 口紅

④ kem chống nắng   ●   ●   D. 眼線筆

⑤ chì vẽ mắt   ●   ●   E. 眉筆

  MP3

Bài 6
單元六

Phụ kiện
飾品

Sơ đồ tư duy │ 心智圖

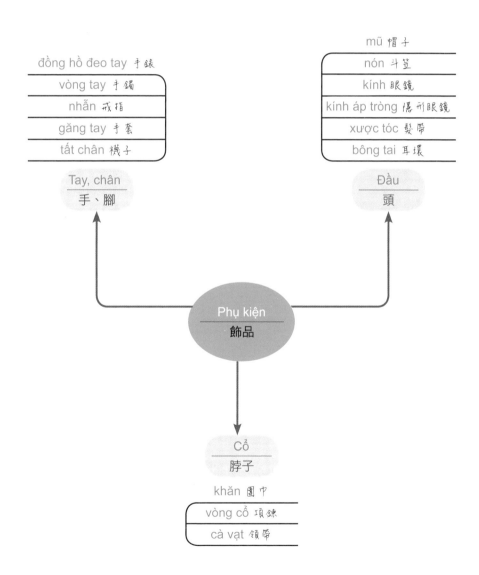

đồng hồ đeo tay 手錶
vòng tay 手鐲
nhẫn 戒指
găng tay 手套
tất chân 襪子

Tay, chân
手、腳

mũ 帽子
nón 斗笠
kính 眼鏡
kính áp tròng 隱形眼鏡
xược tóc 髮箍
bông tai 耳環

Đầu
頭

Phụ kiện
飾品

Cổ
脖子

khăn 圍巾
vòng cổ 項鍊
cà vạt 領帶

Hội thoại │ 會話

A : Nhìn đôi bông tai của bạn rất đặc biệt, bạn mua ở đâu vậy?

看你的耳環很特別，在哪裡買的呢？

B : Tôi mua hàng online đấy, vừa rẻ vừa tiện.

我在網路買的，便宜又方便。

Từ vựng và câu ngắn thường dùng │ 詞彙與常用短句

1 Đầu 頭

Từ vựng 詞彙	Câu ngắn thường dùng 常用短句
mũ 帽子	Đi du lịch tôi nhất định phải mang mũ. 去旅遊我一定要戴帽子。
nón 斗笠	Ở Việt Nam tôi thường thấy mọi người đội nón lá. 在越南我常看大家戴斗笠。
kính 眼鏡	Cặp kính này rất hợp với bạn. 這副眼鏡很適合你。
kính áp tròng 隱形眼鏡	Tôi chưa từng đeo qua kính áp tròng. 我沒有戴過隱形眼鏡。
xược tóc 髮帶	Cô gái đeo xược tóc màu hồng là bạn tôi. 戴粉紅色髮帶的是我朋友。
bông tai 耳環	Đôi bông tai này rất hợp với khuôn mặt em. 這對耳環很適合你的臉形。

2 Cổ 脖子

Từ vựng 詞彙	Câu ngắn thường dùng 常用短句
khăn 圍巾	Chiếc khăn ấy được làm bằng lụa. 那條圍巾是蠶絲的材質。
vòng cổ 項鏈	Sinh nhật bạn gái tôi tặng cô ấy một chiếc vòng cổ. 女朋友的生日我送她一條項鏈。
cà vạt 領帶	Tôi muốn xem chiếc cà vạt này. 我想看這條領帶。

3 Tay, chân 手、腳

Từ vựng 詞彙	Câu ngắn thường dùng 常用短句
đồng hồ đeo tay 手錶	Chiếc đồng hồ đeo tay này có rất nhiều chức năng. 這隻手錶有很多功能。
nhẫn 戒指	Tôi không nhìn thấy anh ta đeo nhẫn bao giờ. 我沒看過他戴戒指。
vòng tay 手鐲	Chiếc vòng tay của chị là bạc hay là vàng trắng? 你的手鐲是銀還是白金的？
găng tay 手套	Trời lạnh như vậy em nên đeo găng tay cho ấm. 天氣那麼冷你要戴手套保暖。
tất chân 襪子	Lạnh quá, tôi đeo 2 đôi tất chân rồi mà vẫn thấy lạnh. 好冷！我已經穿兩雙襪子了還是覺得冷。

Luyện tập | 練習

Chọn và nối đáp án chính xác. 選出與連接正確答案。

① vòng cổ   ●   ● A.隱形眼鏡

② kính áp tròng   ●   ● B.手錶

③ bông tai   ●   ● C.戒指

④ nhẫn   ●   ● D.項鏈

⑤ đồng hồ đeo tay   ●   ● E.耳環

Bài 7

單元七

Đồ dùng điện tử

3C產品

08

購物 Mua sắm

Sơ đồ tư duy | 心智圖

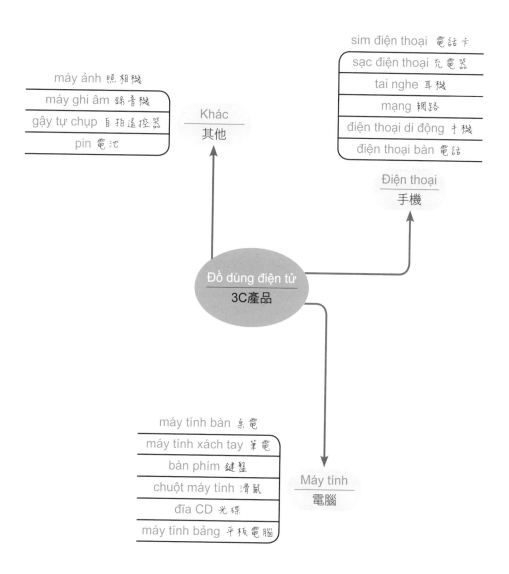

sim điện thoại 電話卡

sạc điện thoại 充電器

tai nghe 耳機

mạng 網路

điện thoại di động 手機

điện thoại bàn 電話

Điện thoại
手機

máy ảnh 照相機

máy ghi âm 錄音機

gậy tự chụp 自拍遙控器

pin 電池

Khác
其他

Đồ dùng điện tử
3C產品

máy tính bàn 桌電

máy tính xách tay 筆電

bàn phím 鍵盤

chuột máy tính 滑鼠

đĩa CD 光碟

máy tính bảng 平板電腦

Máy tính
電腦

A : Điện thoại của tôi bị hỏng rồi. Tôi muốn mua điện thoại mới.

我的手機壞了。我想買一支新手機。

B : Anh muốn mua loại nào?

你想買哪種？

A : Tôi muốn đổi Iphone X.

我想換蘋果X。

Từ vựng và câu ngắn thường dùng | 詞彙與常用短句

1　Điện thoại 手機

Từ vựng 詞彙	Câu ngắn thường dùng 常用短句
sim điện thoại 電話卡	Tôi muốn mua sim điện thoại. 我想買電話卡。
sạc điện thoại 充電器	Cô ấy cứ tìm mãi cái sạc điện thoại. 她一直找充電器。
tai nghe 耳機	Bạn có muốn dùng tai nghe không? 你想要用耳機嗎？
mạng 網路	Xin hỏi trong phòng có mạng không? 請問房間裡面有網路嗎？
điện thoại di động 手機	Anh ấy mới mua điện thoại di động mới. 他新買了一隻手機。
điện thoại bàn 電話	Số điện thoại bàn của công ty là bao nhiêu? 公司的電話是多少？

MP3

2 Máy tính 電腦

Từ vựng 詞彙	Câu ngắn thường dùng 常用短句
máy tính bàn 桌電	Chiếc máy tính bàn này rất dễ sử dụng. 這台桌電很好使用。
máy tính xách tay 筆電	Công việc của tôi nhất định phải dùng đến máy tính xách tay. 我的工作一定要用到筆電。
bàn phím 鍵盤	Chị mới thay bàn phím máy tính à? 你新換了電腦鍵盤嗎？
chuột máy tính 滑鼠	Tôi quen dùng chuột máy tính không dây. 我習慣用無線滑鼠。
Đĩa CD 光碟	Trong đĩa CD này có chứa rất nhiều dữ liệu quan trọng. 這個光碟裡面有很多重要資料。
máy tính bảng 平板電腦	Tôi thấy dùng máy tinh bảng rất tiện lợi. 我覺得用平板電腦很便利。

3 Khác 其他

Từ vựng 詞彙	Câu ngắn thường dùng 常用短句
máy ảnh 照相機	Chiếc máy ảnh của tôi bị hỏng rồi. 我的照相機壞掉了。
máy ghi âm 錄音機	Anh nên chú ý trong phòng luôn có máy ghi âm. 你要注意，房間裡面有錄音機。
gậy tự chụp 自拍遙控器	Tôi thích dùng gậy tự chụp để chụp ảnh. 我喜歡用自拍遙控器來拍照。
pin 電池	Điện thoại của tôi sắp hết pin rồi. 我手機快沒電了。

1. Chọn đáp án đúng. 選出正確答案。

① 電話卡是？

    A. sim điện thoại   B. sạc điện thoại   C. điện thoại di động

② 平板電腦是？

    A. máy tính   B. điện thoại   C. máy tính bảng

③ 筆電？

    A. máy tính bảng   B. máy tính xách tay   C. máy tính bàn

④ 照相幾？

    A. máy tính   B. máy ghi âm   C. máy ảnh

⑤ 可以打電話又可以拍照的是？

    A. điện thoại di động   B. điện thoại bàn   C. máy ảnh

2. Chọn và nối đáp án chính xác. 選出並連接正確答案。

① điện thoại di động ●   ● A. 自拍遙控器

② máy tính xách tay ●   ● B. 手機

③ máy tính bảng ●   ● C. 筆電

④ chuột máy tính ●   ● D. 平板電腦

⑤ gậy tự chụp ●   ● E. 滑鼠

MP3

2：①B、②C、③D、④E、⑤A
1：①A、②C、③B、④C、⑤A
答案：

Bài 8
單元八

Sách
書籍

Sơ đồ tư duy | 心智圖

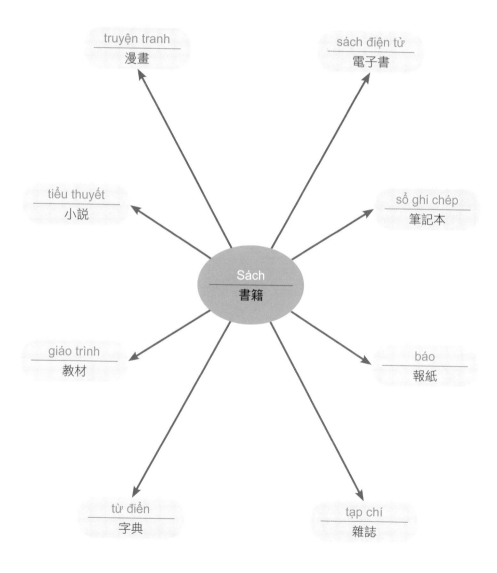

truyện tranh
漫畫

sách điện tử
電子書

tiểu thuyết
小説

sổ ghi chép
筆記本

Sách
書籍

giáo trình
教材

báo
報紙

từ điển
字典

tạp chí
雜誌

Hội thoại｜會話

A : Tôi muốn đi hiệu sách tìm mấy quyển sách dạy tiếng Việt.

我想去書店找幾本教越南語的書。

B : Thật là trùng hợp, em cũng muốn đi mua mấy quyển từ điển Việt – Hoa.

真巧合，我也想去買幾本越漢字典。

Từ vựng và câu ngắn thường dùng｜詞彙與常用短句

Sách 書

Từ vựng 詞彙	Câu ngắn thường dùng 常用短句
sách điện tử 電子書	Tôi thấy dùng sách điện tử rất tiện lợi. 我覺得用電子書很方便。
sổ ghi chép 筆記本	Cô ấy có thói quen luôn mang theo sổ ghi chép. 她有帶筆記本的習慣。
báo 報紙	Cuối tuần tôi thích vừa uống cà phê vừa đọc báo. 週末我喜歡邊喝咖啡邊看報紙。
tạp chí 雜誌	Bạn có xem qua tạp chí Hello Việt Nam chưa? 你有看過《越南你好》的雜誌了嗎？
truyện tranh 漫畫	Hồi nhỏ tôi thích đọc truyện tranh. 小時候我喜歡看漫畫。
tiểu thuyết 小說	Bạn gái tôi rất thích đọc tiểu thuyết tình yêu. 我女朋友很喜歡看愛情小說。

MP3

Từ vựng 詞彙	Câu ngắn thường dùng 常用短句
giáo trình 教材	Có thể mua giúp tôi một cuốn giáo trình học tiếng Việt không? 可以幫我買一本越南語教材嗎？
từ điển 字典	Lần trước đi Hà Nội tôi có mua được một cuốn từ điển Việt – Hoa rất hay. 上次去河內我有買到一本很好看的越漢詞典。

Luyện tập │ 練習

1. Chọn và nối đáp án chính xác. 選出與連接正確答案。

① tạp chí ●   ● A. 字典

② tạp chí ●   ● B. 雜誌

③ sổ ghi chép ●   ● C. 漫畫

④ truyện tranh ●   ● D. 筆記本

⑤ giáo trình ●   ● E. 教材

1：①B、②A、③D、④C、⑤E
答案：

Đồ dùng văn phòng
文具用品

Sơ đồ tư duy｜心智圖

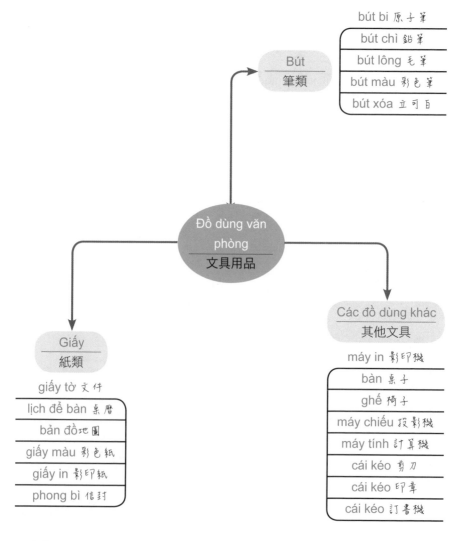

Bút
筆類

bút bi 原子筆
bút chì 鉛筆
bút lông 毛筆
bút màu 彩色筆
bút xóa 立可白

Đồ dùng văn phòng
文具用品

Giấy
紙類

giấy tờ 文件
lịch để bàn 桌曆
bản đồ 地圖
giấy màu 彩色紙
giấy in 影印紙
phong bì 信封

Các đồ dùng khác
其他文具

máy in 影印機
bàn 桌子
ghế 椅子
máy chiếu 投影機
máy tính 計算機
cái kéo 剪刀
cái kéo 印章
cái kéo 訂書機

MP3

Hội thoại ｜ 會話

A：Hình như máy in của chúng ta bị hỏng rồi. Phải làm sao đây?

我們的影印機好像壞掉了，怎麼辦呢？

B：Để lát nữa anh gọi người ta đến xử lý, em không cần phải lo lắng.

我待會請人來處理，你別擔心。

A：Cảm ơn anh. Có anh thật tốt quá!

謝謝你。有你真好！

Từ vựng và câu ngắn thường dùng ｜ 詞彙與常用短句

1 Bút 筆類

Từ vựng 詞彙	Câu ngắn thường dùng 常用短句
bút bi 原子筆	Bạn muốn mua bút bi loại nào? 你想買哪種原子筆？
bút chì 鉛筆	Ngày mai kiểm tra mọi người nhớ mang theo bút chì. 明天考試大家記得帶鉛筆。
bút lông 毛筆	Tôi dùng bút lông để luyện viết thư pháp. 我用毛筆練書法。
bút màu 彩色筆	Bạn hay dùng bút màu loại nào? 你常用哪種彩色筆？
bút xóa 立可白	Bài kiểm tra không được dùng bút xoá. 考卷上不能使用立可白。

2 Các đồ dùng khác 其他文具

Từ vựng 詞彙	Câu ngắn thường dùng 常用短句
máy in 影印機	Máy in loại nào tốt nhất? 哪種影印機最好？
bàn 桌子	Cái bàn này bẩn quá. 這張桌子太髒了。
ghế 椅子	Cái ghế này ngồi rất êm. 這個椅子坐起來很舒服。
máy chiếu 投影機	Bạn phải bật máy chiếu lên thì mới xem được. 你要打開投影機才可以看到哦。
máy tính 計算機	Tôi muốn mua 1 cái máy tính mới. 我想買一個新的計算機。
cái kéo 剪刀	Cái này phải dùng kéo để cắt. 這個要用剪刀來剪。
con dấu 印章	Bạn có con dấu cá nhân không? 你有個人印章嗎？
kẹp giấy 訂書機	Bạn muốn mua kẹp giấy loại nào? 你想買哪種訂書機？

3 Giấy 紙類

Từ vựng 詞彙	Câu ngắn thường dùng 常用短句
giấy tờ 文件	Tôi cần phải chuẩn bị một số giấy tờ để đi du học. 我要準備一些文件準備去留學。
lịch để bàn 桌曆	Sắp đến tết rồi, tôi cần phải đi mua lịch để bàn mới. 快過年了，我要買一些新桌曆。
bản đồ 地圖	Khi đi du lịch bạn cần phải mang theo bản đồ. 你去旅遊時要帶著地圖。
giấy màu 彩色紙	In giúp tôi bằng giấy màu được không? 幫我用彩色紙影印可以嗎？
giấy in 影印紙	Anh muốn in bằng giấy in loại nào? 你想用哪種影印紙？

Luyện tập ｜練習

1. Chọn đáp án đúng. 選出正確答案。

① 寫書法常用

    A. bút chì   B. bút lông   C. bút bi

② 有顏色的筆叫？

    A. bút màu   B. bút xóa   C. bút bi

③ 地圖的越文叫？

    A. bản đồ   B. giấy tờ   C. lịch để bàn

④ 影印機的越文叫？

    A. máy tính   B. máy in   C. máy ảnh

⑤ 用來蓋章的東西越文叫？

    A. con dấu   B. cái kéo   C. kẹp giấy

2. Chọn và nối đáp án chính xác. 選出與連接正確答案。

① phong bì ●	● A. 信封
② bản đồ ●	● B. 印章
③ lịch để bàn ●	● C. 計算機
④ con dấu ●	● D. 桌曆
⑤ máy tính ●	● E. 地圖

①A, ②E, ③D, ④B, ⑤C

答案：

Bài 10
單元十

Các liên quan khác
其他相關

Sơ đồ tư duy | 心智圖

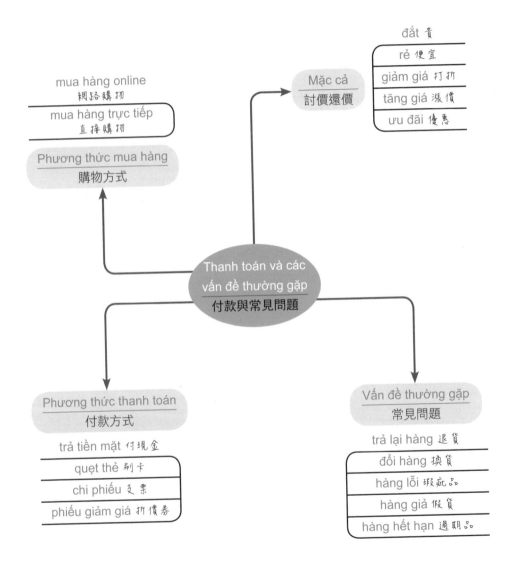

đắt 貴

rẻ 便宜

giảm giá 打折

tăng giá 漲價

ưu đãi 優惠

Mặc cả
討價還價

mua hàng online
網路購物

mua hàng trực tiếp
直接購物

Phương thức mua hàng
購物方式

Thanh toán và các
vấn đề thường gặp
付款與常見問題

Phương thức thanh toán
付款方式

trả tiền mặt 付現金

quẹt thẻ 刷卡

chi phiếu 支票

phiếu giảm giá 折價券

Vấn đề thường gặp
常見問題

trả lại hàng 退貨

đổi hàng 換貨

hàng lỗi 瑕疵品

hàng giả 假貨

hàng hết hạn 過期品

MP3

Hội thoại | 會話

 A : Chị ơi tôi muốn mua hai chiếc áo này. Có giảm giá không vậy?

小姐，我想買這兩件衣服。有沒有打折呢？

 B : Dạ, đã có giảm giá rồi đó chị. Xin hỏi chị muốn thanh toán bằng tiền mặt hay quẹt thẻ ạ?

呀！已經有打折了。請問你想付現金還是刷卡呢？

 A : Tôi thanh toán bằng tiền mặt.

我付現。

Từ vựng và câu ngắn thường dùng | 詞彙與常用短句

1 Mặc cả 討價還價

Từ vựng 詞彙	Câu ngắn thường dùng 常用短句
đắt 貴	Chị bán đắt quá, có thể giảm giá không? 你賣得太貴了，有打折嗎？
rẻ 便宜	Nhà hàng này vừa ngon lại vừa rẻ. 這家餐廳好吃又便宜。
giảm giá 打折	Có thẻ hội viên bạn sẽ được giảm giá. 有會員卡你可以打折。
tăng giá 漲價	Càng gần tết thực phẩm càng tăng giá. 越靠近過年食品越漲價。
ưu đãi 優惠	Chúng tôi có nhiều ưu đãi dành cho khách hàng VIP. 對VIP 客戶我們有很多優惠。

Từ vựng 詞彙	Câu ngắn thường dùng 常用短句
mua hàng trực tiếp 直接購物	Mua hàng trực tiếp thì đỡ tốn tiền vận chuyển. 直接購物就不用花運費。
mua hàng online 網路購物	Mua hàng online là xu thế của xã hội ngày nay. 網路購物是現在社會的趨勢。

3 **Vấn đề thường gặp** 常見問題

Từ vựng 詞彙	Câu ngắn thường dùng 常用短句
trả lại hàng 退貨	Nếu anh không thích thì có thể trả lại hàng. 如果不喜歡就可以退貨。
đổi hàng 換貨	Qúy khách có thể đổi hàng trong vòng 10 ngày. 貴客可以在10天之內換貨。
hàng lỗi 瑕疵品	Đây là hàng lỗi. 這是瑕疵品。
hàng giả 假貨	Tôi không cẩn thận nên mua phải hàng giả. 我不小心所以買到假貨。
hàng hết hạn 過期品	Khi mua đồ em nên chú ý xem có phải là hàng hết hạn không nhé. 買東西的時候你要注意是否過期哦！

4 **Phương thức thanh toán** 付款方式

Từ vựng 詞彙	Câu ngắn thường dùng 常用短句
trả tiền mặt 付現金	Xin hỏi anh muốn trả tiền mặt hay thanh toán bằng thẻ tín dụng? 請問你想付現金還是用信用卡？
quẹt thẻ 刷卡	Đi du lịch nước ngoài tôi thường quẹt thẻ thanh toán. 去國外旅遊我都刷卡。

Từ vựng 詞彙	Câu ngắn thường dùng 常用短句
chi phiếu 支票	Đây là chi phiếu của công ty. 這是公司的支票。
phiếu giảm giá 折價券	Phiếu giảm giá đã quá hạn sử dụng rồi. 這張折價券已經過期了。

Luyện tập │ 練習

1. Chọn đáp án đúng. 選出正確答案。

① 討價還價時要說：

    A. "rẻ" hơn chút được không?

    B. "đắt" hơn chút được không?

    C. "tăng giá" hơn chút được không?

②. 網路購物？

    A. mua hàng trực tiếp   B. mua hàng online   C. mua hàng gián tiếp

③ 用現金付款？

    A. quẹt thẻ   B. trả bằng chi phiếu   C. trả bằng tiền mặt

④ 假貨？

    A. hàng giả   B. hàng lỗi   C. hàng hết hạn

⑤ 消費者不希望買到？

    A. hàng đắt   B. hàng giảm giá   C. hàng ưu đãi

2. Chọn và nối đáp án chính xác. 選出與連接正確答案。

① mua hàng online	A. 刷卡
② quẹt thẻ	B. 網路購物
③ hàng giả	C. 便宜
④ rẻ	D. 換貨
⑤ đổi hàng	E. 假貨

答案：
1：①A, ②B, ③C, ④A, ⑤A
2：①B, ②A, ③E, ④C, ⑤D

MP3

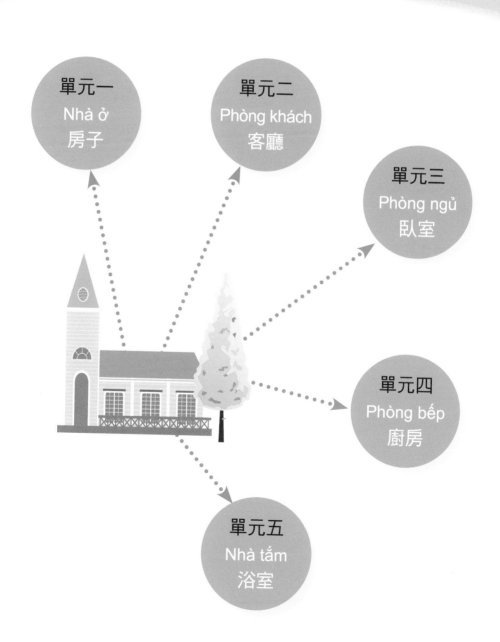

單元一
Nhà ở
房子

單元二
Phòng khách
客廳

單元三
Phòng ngủ
臥室

單元四
Phòng bếp
廚房

單元五
Nhà tắm
浴室

Nhà ở
房子

Sơ đồ tư duy | 心智圖

nhà cấp bốn 平房
nhà tầng 透天
biệt thự 別墅
chung cư 公寓
nhà riêng 私宅

Các loại nhà ở
房子類型

Nhà ở
房子

ban công 陽台
cổng 大門
sân 院子
nhà để xe 車庫
cửa 門
cửa sổ 窗戶
cầu thang 樓梯

Kiến trúc khác của ngôi nhà
房子設施

MP3

Hội thoại｜會話

A : Nghe nói bạn vừa mua nhà mới, là nhà chung cư hay nhà tầng?

聽說你新買房子，是公寓還是透天？

B : Ừ, mình mới mua một căn nhà tầng ở quận Hoàn Kiếm.

是啊，我剛新買一棟透天在環劍郡。

A : Oa, chúc mừng nhé. Bạn giỏi quá!

哇，恭喜你，你好棒！

B : Hôm nào rảnh mời bạn đến nhà mình chơi.

有空請你過來我家坐坐。

A : Được, nhất định rồi.

好啊，當然。

Từ vựng và câu ngắn thường dùng｜詞彙與常用短句

1 Các loại nhà ở 房子類型

Từ vựng 詞彙	Câu ngắn thường dùng 常用短句
nhà cấp bốn 平房	Nhà tôi là nhà cấp bốn. 我家是平房。
biệt thự 別墅	Cô ấy mới mua một căn biệt thự rất đẹp. 她新買了一棟很漂亮的別墅。

09
家庭用品
Đồ dùng gia đình

Từ vựng 詞彙	Câu ngắn thường dùng 常用短句
chung cư 公寓	Tôi có hai căn chung cư ở khu đô thị Times city. 我在 Times city 住宅區有兩間公寓。
nhà tầng 透天	Tôi đang phân vân không biết nên mua chung cư hay nhà tầng. 我在猶豫不知道該買公寓還是透天。

2 Kiến trúc khác của ngôi nhà 房子設施

Từ vựng 詞彙	Câu ngắn thường dùng 常用短句
ban công 陽台	Nhà tôi có hai ban công. 我家有兩個陽台。
cổng 大門	Xin hãy nhấn chuông ở ngoài cổng. 請在大門按電鈴。
sân 院子	Nhà tôi có sân rất rộng. 我家有很大的院子。
nhà để xe 車庫	Xin hãy để xe ở trong nhà để xe. 請把車放在車庫。
cửa 門	Phải nhớ gõ cửa trước khi vào phòng. 記得先敲門再進來哦。
cửa sổ 窗戶	Xin đóng giùm tôi cửa sổ. 麻煩幫我關窗戶。
cầu thang 樓梯	Mỗi ngày đi làm tôi đều leo cầu thang bộ. 每天去上班我都爬樓梯。

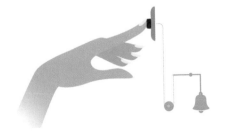

MP3

Luyện tập | 練習

Chọn và nối đáp án chính xác. 選出與連接正確答案。

① nhà tầng ●　　　　　　　● A. 門

② chung cư ●　　　　　　　● B. 透天

③ cầu thang ●　　　　　　● C. 園子

④ cửa ●　　　　　　　● D. 公寓

⑤ sân ●　　　　　　　　● E. 樓梯

Phòng khách
客廳

Sơ đồ tư duy │ 心智圖

máy điều hòa 空調
máy hút bụi 吸塵器
ti vi 電視
điều khiển 遙控器
điện thoại bàn 電話
quạt điện 電風扇

Đồ điện máy
電器

quạt trần 吊扇
phích cắm 插頭
ổ cắm 插座
loa 喇叭
bóng đèn 電燈泡
dây điện 電線

Phòng khách
客廳

ghế sofa 沙發椅
bàn 桌子
đồng hồ 時鐘
thảm 地毯
tủ 櫃子

Các vật dụng khác
其他用品

bức tranh 畫
tủ sách 書櫃
bình hoa 花瓶
dụng cụ pha trà 茶具
thùng rác 垃圾桶
chổi quét nhà 掃把

Hội thoại｜會話

A : Phòng khách nhà chị thiết kế đẹp quá.
你家的客廳設計得好漂亮。

B : Cám ơn chị. Tôi thích phòng khách đơn giản nhưng sang trọng và ngăn nắp.
謝謝你。我喜歡客廳簡單但是要有質感和整齊。

A : Bức tranh này chị mua ở đâu vậy?
這幅畫你在哪裡買的？

B : Lần trước tôi mua khi đi Việt Nam công tác, tôi rất thích bức tranh đó.
上次我去越南出差買的，我很喜歡那幅畫。

A : Vâng, nhìn nó rất đẹp.
是啊，很好看。

Từ vựng và câu ngắn thường dùng | 詞彙與常用短句

1 Đồ điện máy 電器

Từ vựng 詞彙	Câu ngắn thường dùng 常用短句
máy điều hòa 空調	Nóng quá, tôi muốn bật máy điều hòa. 好熱。我想開空調。
máy hút bụi 吸塵器	Chị muốn mua loại máy hút bụi nào? 你想買哪種吸塵器？
ti vi 電視	Nhà tôi có hai chiếc ti vi. 我家有兩台電視。
điều khiển 遙控器	Đây là điều khiển tivi. 這是電視的遙控器。
điện thoại bàn 電話	Bây giờ ít người dùng điện thoại bàn. 現在很少人用室內電話。
quạt điện 電風扇	Mùa hè đi ngủ tôi thích mở quạt điện. 夏天睡覺的時候我喜歡開電風扇。
quạt trần 吊扇	Tôi rất ít thấy có quạt trần. 我很少看到吊扇。
phích cắm 插頭	Rút hộ giúp tôi cái phích cắm được không? 可以幫我拔掉插頭嗎？
ổ cắm 插座	Xin hỏi trong quán có ổ cắm sạc điện không? 請問餐廳裡面有插座嗎？
loa 喇叭	Xin hãy vặn âm thanh loa nhỏ một chút. 請把喇叭的聲音關小一點。
bóng đèn 電燈泡	Bóng đèn vừa bị cháy, tôi phải đi mua cái mới. 電燈泡剛壞掉，我要去買新的。
dây điện 電線	Cẩn thận kẻo giẫm phải dây điện. 小心踩到電線哦。

MP3

② **Các vật dụng khác** 其他用品

Từ vựng 詞彙	Câu ngắn thường dùng 常用短句
ghế sofa 沙發椅	Bộ ghế sofa này rất đắt tiền. 這套沙發椅很貴。
bàn 桌子	Trên bàn tôi để rất nhiều tài liệu quan trọng. 在桌子上面我放很多重要文件。
đồng hồ 時鐘	Chiếc đồng hồ này là đồ cổ. 這個時鐘是古董。
thảm 地毯	Thảm rất bẩn. 地毯很髒。
tủ 櫃子	Vật dụng có giá trị anh nên để trong tủ và khóa lại. 有價值的東西你要放在櫃子鎖起來。
bức tranh 畫	Bức tranh kia tôi mang từ bên Việt Nam về. 那幅畫是我從越南帶回來的。
tủ sách 書櫃	Trong tủ sách tôi có rất nhiều sách học tiếng Việt. 在書櫃裡面我放很多學越語的書。
bình hoa 花瓶	Chiếc bình hoa này được làm bằng thủy tinh rất đẹp. 這個花瓶是水晶做的，很漂亮。
dụng cụ pha trà 茶具	Tôi có mua một bộ dụng cụ pha trà cho bố tôi. 我買一套茶具給爸爸。
chổi quét nhà 掃把	Chị để chổi quét nhà ở đâu? 你把掃把放在哪裡？
thùng rác 垃圾桶	Thùng rác là sản phẩm mọi gia đình đều cần có. 垃圾桶是每個家庭都需要的。

1. Chọn đáp án đúng. 選出正確答案。

① máy điều hòa

    A. 空調   B. 吸塵器   C. 電風扇

② quạt điện

    A. 電燈泡   B.電風扇   C. 吊扇

③ ghế sofa

    A.桌子   B. 櫃子   C. 沙發椅

④ đồng hồ

    A. 時鐘   B.地毯   C.書桌

⑤ thùng rác

    A.垃圾桶   B. 垃圾   C.垃圾袋

2. Chọn và nối đáp án chính xác. 選出與連接正確答案。

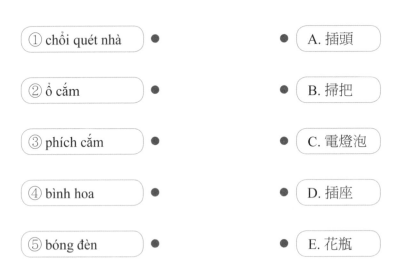

① chổi quét nhà   ●   ●   A. 插頭

② ổ cắm   ●   ●   B. 掃把

③ phích cắm   ●   ●   C. 電燈泡

④ bình hoa   ●   ●   D. 插座

⑤ bóng đèn   ●   ●   E. 花瓶

MP3

2：①B，②D，③A，④E，⑤C
1：①A，②B，③C，④A，⑤A
答案：

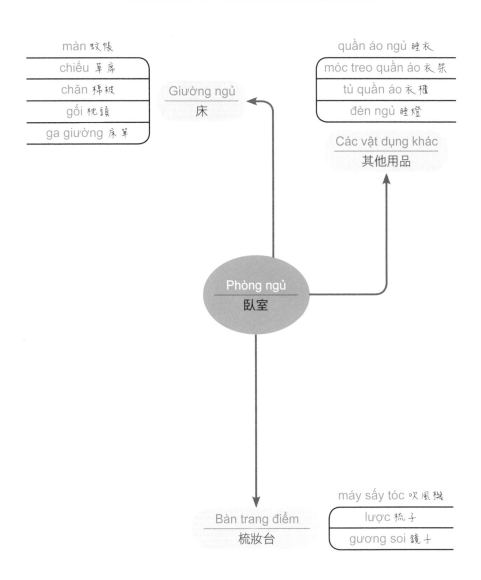

Bài 3
單元三

Phòng ngủ
臥室

Sơ đồ tư duy | 心智圖

màn 蚊帳
chiếu 草席
chăn 棉被
gối 枕頭
ga giường 床單

Giường ngủ
床

quần áo ngủ 睡衣
móc treo quần áo 衣架
tủ quần áo 衣櫃
đèn ngủ 睡燈

Các vật dụng khác
其他用品

Phòng ngủ
臥室

Bàn trang điểm
梳妝台

máy sấy tóc 吹風機
lược 梳子
gương soi 鏡子

Hội thoại｜會話

A : Chồng ơi, mấy hôm nay trời trở lạnh, em muốn đi mua thêm chăn bông và gối.
老公，這幾天天氣變冷，我想去多買棉被與枕頭。

B : Vậy để cuối tuần hai vợ chồng mình cùng đi.
那週末我們一起去看。

A : Dạ.
好的。

Từ vựng và câu ngắn thường dùng｜詞彙與常用短句

1 Giường ngủ 床

Từ vựng 詞彙	Câu ngắn thường dùng 常用短句
màn 蚊帳	Khi đi ngủ nhớ buông màn nhé. 睡覺的時候記得掛蚊帳哦。

 MP3

Từ vựng 詞彙	Câu ngắn thường dùng 常用短句
chiếu 草席	Người Việt Nam thường ngồi ăn cơm trên chiếu. 越南人常坐在草席上吃飯。
chăn 棉被	Mấy hôm trời rét đậm, đi ngủ tôi phải đắp hai chăn. 這幾天天氣很冷，睡覺的時候我要蓋兩條棉被。
gối 枕頭	Chiếc gối này cao quá. 這個枕頭太高了。
ga giường 床單	Tôi tuần nào cũng giặt ga giường. 我每個禮拜都洗床單。

2 Bàn trang điểm 梳妝台

Từ vựng 詞彙	Câu ngắn thường dùng 常用短句
máy sấy tóc 吹風機	Gội đầu xong nên dùng máy sấy tóc sấy khô. 洗完頭髮要用吹風機吹乾。
lược 梳子	Chị có đem theo lược không? 你有帶梳子嗎？
gương soi 鏡子	Chiếc gương soi này mờ quá! 這個鏡子太模糊了！

3 Các vật dụng khác 其他用品

Từ vựng 詞彙	Câu ngắn thường dùng 常用短句
quần áo ngủ 睡衣	Bạn trai tặng tôi bộ quần áo ngủ rất gợi cảm. 男朋友送給我很性感的睡衣。
móc treo quần áo 衣架	Quần áo dễ nhàu thì nên treo lên trên móc treo quần áo. 容易皺的衣服要掛在衣架上面。
tủ quần áo 衣櫃	Tủ quần áo của tôi rất lộn xộn. 我的衣櫃很亂。
đèn ngủ 睡燈	Đi ngủ tôi quen bật đèn ngủ. 睡覺的時候我習慣開睡燈。

Luyện tập | 練習

1. Thay thế.

請使用右邊的詞彙替換句子畫線的地方，並且唸出完整句子。

- Tôi muốn mua <u>quần áo ngủ</u>.

    ⋙ đèn ngủ
    ⋙ móc treo quần áo
    ⋙ gương soi
    ⋙ lược
    ⋙ máy sấy tóc
    ⋙ gối

2. Chọn và nối đáp án chính xác. 選出與連接正確答案。

① chiếu   ●   ●   A. 床

② chăn   ●   ●   B. 草席

③ gối   ●   ●   C. 梳子

④ lược   ●   ●   D. 棉被

⑤ giường   ●   ●   E. 枕頭

MP3

Phòng bếp

廚房

家庭用品
Đồ dùng gia đình

Sơ đồ tư duy | 心智圖

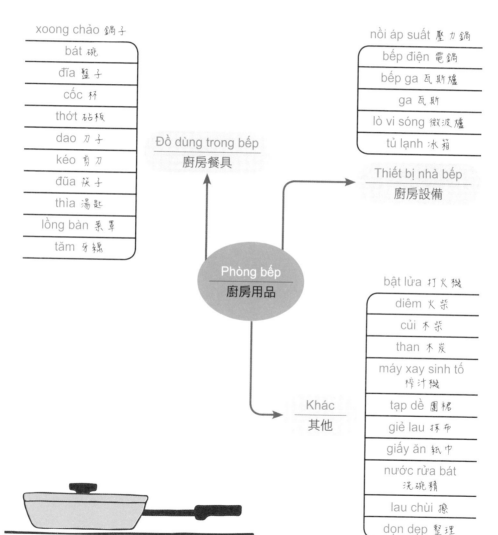

xoong chảo 鍋子

bát 碗

đĩa 盤子

cốc 杯

thớt 砧板

dao 刀子

kéo 剪刀

đũa 筷子

thìa 湯匙

lồng bàn 菜罩

tăm 牙籤

Đồ dùng trong bếp
廚房餐具

nồi áp suất 壓力鍋

bếp điện 電鍋

bếp ga 瓦斯爐

ga 瓦斯

lò vi sóng 微波爐

tủ lạnh 冰箱

Thiết bị nhà bếp
廚房設備

Phòng bếp
廚房用品

bật lửa 打火機

diêm 火柴

củi 木柴

than 木炭

máy xay sinh tố
榨汁機

tạp dề 圍裙

giẻ lau 抹布

giấy ăn 紙巾

nước rửa bát
洗碗精

lau chùi 擦

dọn dẹp 整理

Khác
其他

Hội thoại | 會話

A : Em nấu cơm sắp chín rồi. Chị vào trong bếp lấy bát đũa giúp em nhé.

我飯快煮好了。你進去廚房幫我拿碗筷出來吧。

B : Em để bát đũa ở chỗ nào?

你放在哪裡呢？

A : Em để ở trong tủ bát đó.

我放在碗櫃裡面啊！

Từ vựng và câu ngắn thường dùng | 詞彙與常用短句

1 Đồ dùng trong bếp 廚房餐具

Từ vựng 詞彙	Câu ngắn thường dùng 常用短句
xoong chảo 鍋子	Xoong chảo là vật dụng không thể thiếu trong nhà bếp. 鍋子是廚房裡不能缺少的東西。
bát 碗	Anh có thể ăn mấy bát phở? 你可以吃幾碗河粉？
đĩa 盤子	Hãy giúp tôi bày hoa quả lên đĩa. 請幫我把水果放在盤子上。
cốc, ly 杯	Tôi uống hai ly（cốc）rượu là say rồi. 我喝兩杯酒就醉了。
thớt 砧板	Mẹ tôi thường dùng thớt để thái thức ăn. 我媽媽都用砧板來切菜。

Từ vựng 詞彙	Câu ngắn thường dùng 常用短句
dao 刀子	Con dao này rất sắc. 這個刀子很利。
kéo 剪刀	Không để trẻ con nghịch kéo. 不要讓小朋友玩剪刀。
đũa 筷子	Người phương Tây không quen dùng đũa. 西方人不習慣用筷子。
thìa 湯匙	Trẻ con thích dùng thìa ăn cơm. 小朋友喜歡用湯匙吃飯。
lồng bàn 菜罩	Người Việt hay dùng lồng bàn để đậy thức ăn. 越南人常用菜罩蓋食物。
tăm 牙線	Tôi hay dùng tăm để xỉa răng. 我都用牙線清潔牙齒。

② **Thiết bị nhà bếp** 廚房設備

Từ vựng 詞彙	Câu ngắn thường dùng 常用短句
nồi áp suất 壓力鍋	Nồi áp suất này nấu đồ ăn rất nhanh chín. 這台壓力鍋煮東西很快就熟了。
bếp điện 電鍋	Vợ tôi mới mua bến điện mới. 我太太剛買了新電鍋。
bếp ga 瓦斯爐	Chiếc bếp ga này quá cũ rồi. 這台瓦斯爐太舊了。
ga 瓦斯	Tiền ga tháng này hết bao nhiêu? 這個月的瓦斯費多少？
lò vi sóng 微波爐	Lò vi sóng giúp làm nóng thức ăn rất nhanh. 微波爐讓食物快速加熱。
tủ lạnh 冰箱	Trong tủ lạnh có rất nhiều thức ăn. 冰箱裡有很多食物。

09

家庭用品
Đồ dùng gia đình

3 Khác 其他

Từ vựng 詞彙	Câu ngắn thường dùng 常用短句
bật lửa 打火機	Cho tôi mượn bật lửa. 請借我打火機。
diêm 火柴	Hồi nhỏ tôi hay dùng diêm để nhóm lửa. 小時候我常用火柴點火。
củi 木柴	Hồi nhỏ tôi phải đi kiếm củi để nấu cơm. 小時候我要去撿木柴回來煮飯。
than 木炭	Bố tôi hay dùng than để nướng thịt. 我爸爸都用木炭來烤肉。
máy xay sinh tố 榨汁機	Tôi được tặng một chiếc máy xay sinh tố. 有人送我一台榨汁機。
tạp dề 圍裙	Cô ấy hay đeo tạp dề khi nấu ăn. 她煮飯的時候常會圍圍裙。
giẻ lau 抹布	Chiếc giẻ lau này rất bẩn. 這條抹布很髒。
giấy ăn 紙巾	Trên bàn hết giấy ăn rồi. 桌子上沒有紙巾了。
nước rửa bát 洗碗精	Nước rửa bát hết mất rồi. 洗碗精用完了。
lau chùi 擦	Nấu thức ăn xong nhớ phải lau chùi sạch sẽ. 煮完東西記得擦乾淨哦。
dọn dẹp 整理	Tôi mất cả ngày để dọn dẹp căn phòng. 我花了整天的時間來打掃房間。

Luyện tập | 練習

1. Chọn đáp án đúng. 選出正確答案。

① dao

　A. 刀子　　　　B. 剪刀　　　　C. 盤子

② đũa

　A. 筷子　　　　B. 湯匙　　　　C. 被子

③ tăm

　A. 牙刷　　　　B. 牙線　　　　C. 牙膏

④ bếp điện

　A. 微波爐　　　B. 瓦斯爐　　　C. 電鍋

⑤ tủ lạnh

　A. 電視　　　　B. 冰箱　　　　C. 電話

2. Chọn và nối đáp án chính xác. 選出與連接正確答案。

① lau chùi ●	●	A. 紙巾
② dọn dẹp ●	●	B. 擦
③ giấy ăn ●	●	C. 打火機
④ xoong chảo ●	●	D. 整理
⑤ bật lửa ●	●	E. 鍋子

2：①B, ②D, ③A, ④E, ⑤C
1：①A, ②A, ③B, ④C, ⑤B

答案：

Bài 5
單元五

Nhà tắm
浴室

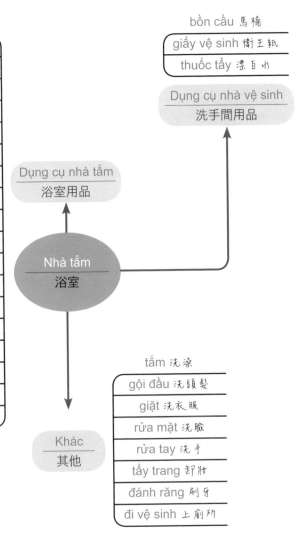

khăn tắm 浴巾

bàn chải đánh răng 牙刷
kem đánh răng 牙膏
dao cạo râu 刮鬍刀
nước tẩy trang 卸妝水
kem tẩy da chết 去角質霜
bông tẩy trang 化妝棉
nước súc miệng 漱口水
vòi nước 水龍頭
bồn tắm 浴缸
bình nóng lạnh 熱水器
chậu rửa mặt 洗臉盆
sữa rửa mặt 洗面乳
dầu gội đầu 洗髮精
dầu xả 潤髮乳
xà phòng 肥皂
sữa tắm 沐浴乳
bột giặt 洗衣粉
máy giặt 洗衣機

bồn cầu 馬桶

giấy vệ sinh 衛生紙
thuốc tẩy 漂白水

Dụng cụ nhà vệ sinh
洗手間用品

Dụng cụ nhà tắm
浴室用品

Nhà tắm
浴室

Khác
其他

tắm 洗澡

gội đầu 洗頭髮
giặt 洗衣服
rửa mặt 洗臉
rửa tay 洗手
tẩy trang 卸妝
đánh răng 刷牙
đi vệ sinh 上廁所

250 MP3

Hội thoại | 會話

A : Hình như dầu gội đầu và sữa tắm gần hết rồi, lát chị có đi siêu thị thì mua giúp em nhé?

洗髮精跟沐浴乳好像快沒了，待會你有去超市的話幫我買好不好？

B : Em dùng sữa tắm và dầu gội đầu loại nào?

你用哪種沐浴乳和洗髮精呢？

A : Đều là của Dove nhé chị.

我都用多芬Dove哦。

B : Ừ, vậy chị biết rồi.

好的，我知道囉！

A : Em cám ơn chị nhiều.

謝謝你。

Từ vựng và câu ngắn thường dùng | 詞彙與常用短句

1 Dụng cụ nhà tắm 浴室用品

Từ vựng 詞彙	Câu ngắn thường dùng 常用短句
khăn tắm 浴巾	Chiếc khăn tắm này bị mốc rồi. 那條浴巾發霉了。
bàn chải đánh răng 牙刷	Bàn chải đánh răng 3 tháng nên thay một lần. 牙刷每三個月要換一次。

Từ vựng 詞彙	Câu ngắn thường dùng 常用短句
kem đánh răng 牙膏	Tôi quên mua kem đánh răng. 我忘記買牙膏了。
dao cạo râu 刮鬍刀	Loại dao cạo râu này là hàng mới về. 這種刮鬍刀是新款的。
nước tẩy trang 卸妝水	Dùng nước tẩy trang trước rồi dùng nước ấm rửa mặt sau. 先用卸妝水再用溫水洗臉。
kem tẩy da chết 去角質霜	Chị nhân viên tặng tôi một lọ kem tẩy da chết. 專櫃小姐送我一瓶去角質霜。
bông tẩy trang 化妝棉	Bông tẩy trang mua 2 tặng 1. 化妝棉買2送1。
nước súc miệng 漱口水	Tôi quen dùng nước súc miệng. 我習慣用漱口水。
vòi nước 水龍頭	Vòi nước này nước chảy rất mạnh. 這水龍頭的水很強。
bồn tắm 浴缸	Tôi thích tắm bồn tắm. 我喜歡用浴缸泡澡。
bình nóng lạnh 熱水器	Loại bình nóng lạnh này rất tiết kiệm điện. 這台熱水器很省電。
chậu rửa mặt 洗臉盆	Tôi muốn mua một chiếc chậu rửa mặt nhỏ. 我想買一個小的洗臉盆。
sữa rửa mặt 洗面乳	Mỗi ngày nên dùng sữa rửa mặt rửa hai lần. 每天要用洗面乳洗臉兩次。
dầu gội đầu 洗髮精	Loại dầu gội đầu này có mùi thơm rất dễ chịu. 這種洗髮精有令人很舒服的香味。
dầu xả 潤髮乳	Gội đầu xong tôi quen dùng dầu xả. 洗完頭髮我習慣用潤髮乳。
xà phòng 肥皂	Đi vệ sinh xong nên dùng xà phòng rửa tay. 上完廁所要用肥皂洗手。

Từ vựng 詞彙	Câu ngắn thường dùng 常用短句
sữa tắm 沐浴乳	Loại sữa tắm này có tính chất dưỡng ẩm. 這種沐浴乳有保溼的作用。
bột giặt 洗衣粉	Mua túi bột giặt loại to thì rẻ hơn. 買大包洗衣粉比較划算。
máy giặt 洗衣機	Quần áo của tôi đều do máy giặt giặt. 我的衣服都是洗衣機幫我洗的。

2 Dụng cụ nhà vệ sinh 洗手間用品

Từ vựng 詞彙	Câu ngắn thường dùng 常用短句
bồn cầu 馬桶	Không được vứt giấy vệ sinh vào bồn cầu. 不能丟衛生紙進去馬桶。
giấy vệ sinh 衛生紙	Trong nhà vệ sinh hết giấy vệ sinh rồi. 家裡面沒有衛生紙了。
thuốc tẩy 漂白水	Không nên lạm dụng thuốc tẩy. 不能濫用漂白水。

3 Khác 其他

Từ vựng 詞彙	Câu ngắn thường dùng 常用短句
tắm 洗澡	Tôi vẫn chưa kịp tắm rửa gì. 我還來不及洗澡。
gội đầu 洗頭髮	Tôi ngày nào cũng gội đầu. 我每天都洗頭髮。
giặt 洗衣服	Hôm nay chồng giặt quần áo giúp tôi. 今天老公幫我洗衣服。
rửa mặt 洗臉	Mùa đông tôi dùng nước ấm để rửa mặt. 冬天我用溫水洗臉。

Từ vựng 詞彙	Câu ngắn thường dùng 常用短句
rửa tay 洗手	Nhớ rửa sạch tay trước khi ăn cơm. 記得吃飯前把手洗乾淨。
tẩy trang 卸妝	Tẩy trang giúp da được sạch sẽ. 卸妝能幫助皮膚保持乾淨。
đánh răng 刷牙	Một ngày nên đánh răng hai lần. 一天要刷牙兩次。
đi vệ sinh 上廁所	Tôi muốn đi vệ sinh. 我想去上廁所。

Luyện tập｜練習

1. Thay thế.

請使用右邊的詞彙替換句子畫線的地方，並且唸出完整句子。

● Tôi muốn <u>mua sữa rửa mặt</u>.

⸙⸙ bông tẩy trang

⸙⸙ nước súc miệng

⸙⸙ sữa tắm

⸙⸙ bột giặt

⸙⸙ dầu gội đầu

⸙⸙ giấy vệ sinh

2. Chọn đáp án đúng. 選出正確答案。

① 牙刷

    A. đánh răng   B. kem đánh răng   C. bàn chải đánh răng

② 洗面乳

    A. sữa rửa mặt   B. dầu gội đầu   C.sữa tắm

③ 肥皂

    A.thuốc tẩy   B. bột giặt   C. xà phòng

④ đi vệ sinh

    A. 上廁所   B. 洗澡   C. 洗衣服

⑤ tắm

    A. 洗手   B. 洗澡   C. 洗頭

3. Chọn và nối đáp án chính xác. 選出與連接正確答案。

① bồn tắm ●   ● A. 洗手

② dầu gội đầu ●   ● B. 漂白水

③ kem đánh răng ●   ● C. 浴缸

④ thuốc tẩy ●   ● D. 洗髮精

⑤ rửa tay ●   ● E. 牙膏

3：①C、②D、③E、④B、⑤A
2：①C、②A、③C、④A、⑤B
答案：

09
家庭用品
Đồ dùng gia đình

MP3

飯店

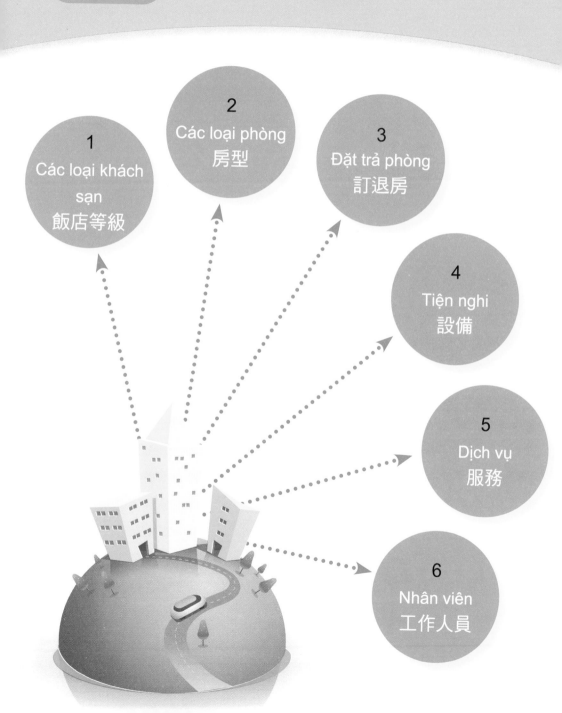

1
Các loại khách
sạn
飯店等級

2
Các loại phòng
房型

3
Đặt trả phòng
訂退房

4
Tiện nghi
設備

5
Dịch vụ
服務

6
Nhân viên
工作人員

Khách sạn
飯店

Sơ đồ tư duy | 心智圖

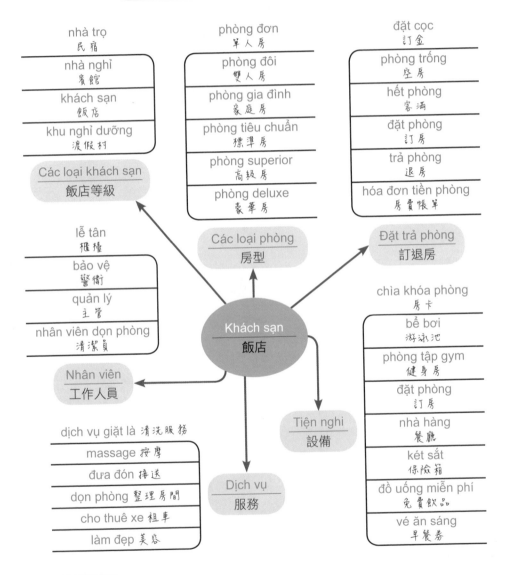

nhà trọ
民宿

nhà nghỉ
賓館

khách sạn
飯店

khu nghỉ dưỡng
渡假村

Các loại khách sạn
飯店等級

phòng đơn
單人房

phòng đôi
雙人房

phòng gia đình
家庭房

phòng tiêu chuẩn
標準房

phòng superior
高級房

phòng deluxe
豪華房

Các loại phòng
房型

đặt cọc
訂金

phòng trống
空房

hết phòng
客滿

đặt phòng
訂房

trả phòng
退房

hóa đơn tiền phòng
房費帳單

Đặt trả phòng
訂退房

lễ tân
櫃檯

bảo vệ
警衛

quản lý
主管

nhân viên dọn phòng
清潔員

Nhân viên
工作人員

Khách sạn
飯店

chìa khóa phòng
房卡

bể bơi
游泳池

phòng tập gym
健身房

đặt phòng
訂房

nhà hàng
餐廳

két sắt
保險箱

đồ uống miễn phí
免費飲品

vé ăn sáng
早餐券

Tiện nghi
設備

dịch vụ giặt là 清洗服務

massage 按摩

đưa đón 接送

dọn phòng 整理房間

cho thuê xe 租車

làm đẹp 美容

Dịch vụ
服務

MP3

Hội thoại ｜ 會話

A： Alô. Chào chị! Xin hỏi ngày 14 tháng 2 khách sạn còn phòng trống không?

喂。你好！請問2月14號飯店還有空房嗎？

B： Dạ vẫn còn. Xin hỏi anh muốn đặt mấy phòng?

還有。請問你要訂幾間房呢？

A： Tôi muốn đặt một phòng deluxe giường đôi. Xin hỏi giá phòng là bao nhiêu?

我想訂一間豪華雙人床。請問多少錢？

B： Phòng deluxe có giá là 100 USD một đêm. Xin hỏi họ tên và số điện thoại của anh.

豪華房是100美金一晚，請問您的姓名跟電話。

A： Tôi tên là Hứa Tuấn Quang. Số điện thoại là 0985888XXX.

我叫許俊光，電話號碼是0985888XXX。

B： Dạ, cảm ơn anh. Anh còn yêu cầu gì khác nữa không ạ?

好，謝謝你。你還有其他需求嗎？

A： Không. Cám ơn chị nhiều.

沒有，謝謝。

Từ vựng và câu ngắn thường dùng | 詞彙與常用短句

1 Các loại khách sạn 飯店等級

Từ vựng 詞彙	Câu ngắn thường dùng 常用短句
nhà trọ 民宿	Tôi muốn tìm nhà trọ. 我想找民宿。
nhà nghỉ 賓館	Ở gần đây có rất nhiều nhà nghỉ. 在這附近有很多賓館。
khách sạn 飯店	Anh muốn ở khách sạn mấy sao? 你想住幾星級的飯店？
khu nghỉ dưỡng 渡假村	Tôi đã từng đến khu nghỉ dưỡng này. 我曾經來過這個渡假村。

2 Các loại phòng 房型

Từ vựng 詞彙	Câu ngắn thường dùng 常用短句
phòng đơn 單人房	Tôi muốn đặt một phòng đơn. 我想訂一間單人房。
phòng đôi 雙人房	Xin hỏi có thể đổi thành phòng đôi không? 請問可以換成雙人房嗎？
phòng gia đình 家庭房	Phòng gia đình thì bao nhiêu tiền một đêm? 家庭房一個晚上多少錢？
phòng tiêu chuẩn 標準房	Giá phòng tiêu chuẩn có thể rẻ hơn không? 標準房價錢可以便宜一點嗎？
phòng superior 高級房	Phòng superior có ban công hướng biển không? 高級房有看海的陽台嗎？
phòng deluxe 豪華房	Phòng deluxe có thể thêm giường không? 豪華房可以加床嗎？

MP3

③ Đặt trả phòng 訂退房

Từ vựng 詞彙	Câu ngắn thường dùng 常用短句
đặt cọc 訂金	Xin anh hãy đặt cọc trước một nửa tiền phòng. 請你先付一半的房費訂金。
phòng trống 空房	Ngày mai khách sạn còn phòng trống không? 明天飯店還有空房嗎？
hết phòng 客滿	Vào những dịp cuối tuần khách sạn thường hết phòng. 每到週末飯店都客滿。
đặt phòng 訂房	Càng trễ đặt phòng giá sẽ càng đắt hơn. 越晚訂房價格會越貴。
trả phòng 退房	Chúng ta sẽ trả phòng vào khoảng 11 giờ trưa. 我們明天中午11點會退房。
hóa đơn tiền phòng 房費帳單	Đây là hóa đơn tiền phòng. 這是房費帳單。

④ Tiện nghi 設備

Từ vựng 詞彙	Câu ngắn thường dùng 常用短句
chìa khóa phòng 房卡	Tôi bị mất chìa khóa phòng rồi. 我弄丟房卡了。
bể bơi 游泳池	Bể bơi trong khách sạn mấy giờ đóng cửa? 飯店的游泳池幾點關？
phòng tập gym 健身房	Xin hỏi phòng tập gym đi hướng nào? 請問健身房怎麼走？
nhà hàng 餐廳	Xin hỏi nhà hàng mở cửa lúc mấy giờ? 請問餐廳幾點開門？
két sắt 保險箱	Chiếc két sắt này dùng như thế nào? 這個保險箱怎麼使用？

Từ vựng 詞彙	Câu ngắn thường dùng 常用短句
đồ uống miễn phí 免費飲品	Những thứ trên bàn có phải là đồ uống miễn phí không? 桌上的東西是免費飲品嗎？
vé ăn sáng 早餐券	Tôi quên mang theo vé ăn sáng. 我忘了帶早餐券。

5 **Dịch vụ** 服務

Từ vựng 詞彙	Câu ngắn thường dùng 常用短句
dịch vụ giặt là 清洗服務	Xin hỏi khách sạn có dịch vụ giặt là không? 請問飯店有清洗服務嗎？
massage 按摩	Tôi muốn đi massage chân. 我想去腳底按摩。
đưa đón 接送	Xin hỏi giá xe đưa đón sân bay là bao nhiêu? 請問機場接送價錢多少？
dọn phòng 整理房間	Làm ơn dọn phòng giúp tôi được không? 麻煩幫我整理房間好嗎？
cho thuê xe 租車	Xin hỏi ở đây có dịch vụ cho thuê xe không? 請問這裡有租車服務嗎？
làm đẹp 美容	Xin hỏi ở đây có dịch vụ làm đẹp không? 請問這裡有做美容服務嗎？

6 Nhân viên 工作人員

Từ vựng 詞彙	Câu ngắn thường dùng 常用短句
lễ tân 櫃檯	Tôi muốn gặp lễ tân. 我想找櫃檯。
bảo vệ 警衛	Anh có phải là bảo vệ của công ty không? 你是公司的警衛嗎？
quản lý 主管	Cho tôi gặp quản lý khách sạn. 我想見飯店主管。
nhân viên dọn phòng 清潔員	Chị có phải là nhân viên dọn phòng của khách sạn không? 妳是飯店的清潔員嗎？

Luyện tập | 練習

1. Thay thế.

請使用右邊的詞彙替換句子畫線的地方，並且唸出完整句子。

➟ trả phòng

➟ tính hóa đơn tiền phòng

➟ đặt cọc

● Tôi muốn đặt phòng. ➟ một giường đôi

➟ một phòng đơn

➟ một phòng gia đình

2. Chọn đáp án đúng. 選出正確答案。

① đặt phòng

    A. 訂房   B. 退房   C. 換房

② khách sạn

    A. 民宿   B. 賓館   C. 飯店

③ phòng đôi

    A. 單人房   B. 雙人房   C. 三人房

④ lễ tân

    A. 警衛   B. 主管   C. 櫃檯

⑤ chìa khóa phòng

    A. 早餐券   B. 房卡   C. 保險箱

3. Chọn và nối đáp án chính xác. 選出與連接正確答案。

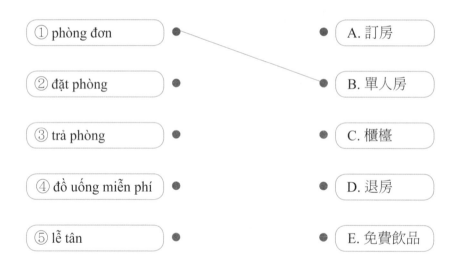

① phòng đơn	A. 訂房
② đặt phòng	B. 單人房
③ trả phòng	C. 櫃檯
④ đồ uống miễn phí	D. 退房
⑤ lễ tân	E. 免費飲品

MP3

交通

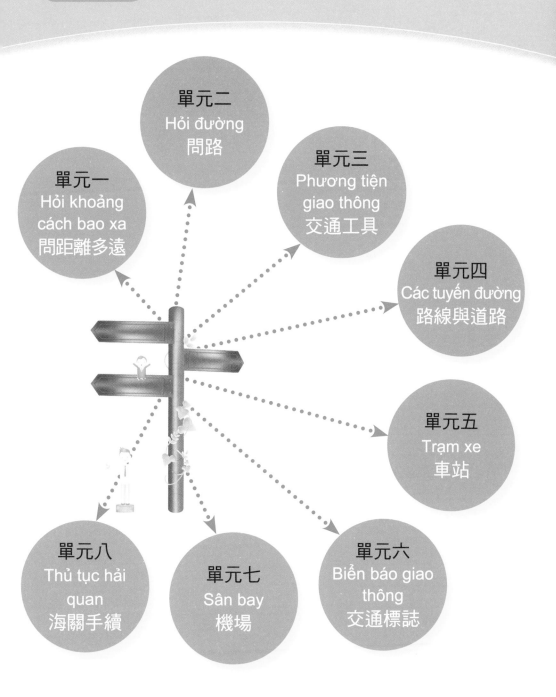

單元二
Hỏi đường
問路

單元三
Phương tiện
giao thông
交通工具

單元一
Hỏi khoảng
cách bao xa
問距離多遠

單元四
Các tuyến đường
路線與道路

單元五
Trạm xe
車站

單元八
Thủ tục hải
quan
海關手續

單元七
Sân bay
機場

單元六
Biển báo giao
thông
交通標誌

Hỏi khoảng cách bao xa
問距離多遠

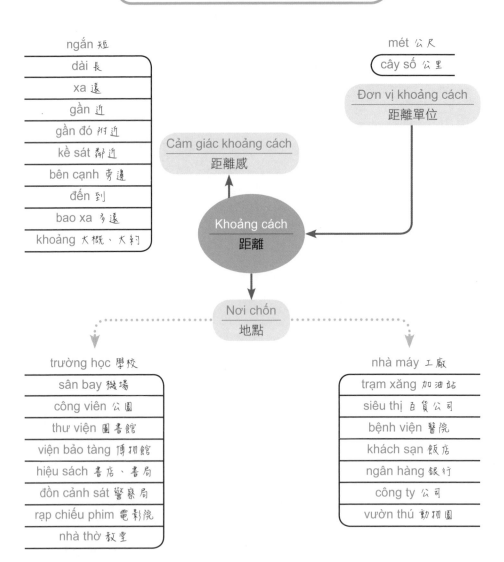

Sơ đồ tư duy | 心智圖

ngắn 短
dài 長
xa 遠
gần 近
gần đó 附近
kề sát 鄰近
bên cạnh 旁邊
đến 到
bao xa 多遠
khoảng 大概、大約

mét 公尺
cây số 公里

Đơn vị khoảng cách
距離單位

Cảm giác khoảng cách
距離感

Khoảng cách
距離

Nơi chốn
地點

trường học 學校
sân bay 機場
công viên 公園
thư viện 圖書館
viện bảo tàng 博物館
hiệu sách 書店、書局
đồn cảnh sát 警察局
rạp chiếu phim 電影院
nhà thờ 教堂

nhà máy 工廠
trạm xăng 加油站
siêu thị 百貨公司
bệnh viện 醫院
khách sạn 飯店
ngân hàng 銀行
công ty 公司
vườn thú 動物園

MP3

Từ vựng và câu ngắn thường dùng | 詞彙與常用短句

❶ Đơn vị khoảng cách 距離單位

Từ vựng 詞彙	Câu ngắn thường dùng 常用短句
mét 公尺	Hôm nay tôi có bài thi chạy 100 mét. 今天我要考100公尺的跑步。
cây số 公里	Từ nhà tôi đến trường khoảng 3 cây số. 從我家到學校大約3公里。

❷ Nơi chốn 地點

Từ vựng 詞彙	Câu ngắn thường dùng 常用短句
trường học 學校	
sân bay 機場	
công viên 公園	
thư viện 圖書館	
viện bảo tàng 博物館	問：Từ viện bảo tàng đến công viên cách bao xa? 從博物館到公園多遠？
hiệu sách 書店／書局	答：Khoảng 1 cây số（km）. 大約1公里。
đồn cảnh sát 警察局	
rạp chiếu phim 電影院	
nhà thờ 教堂	
nhà máy 工廠	
trạm xăng 加油站	問：Từ đây đến trạm xăng còn bao xa? 從這裡到加油站還有多遠？
siêu thị 百貨公司	答：Khoảng 100 mét. 大概100公尺。
bệnh viện 醫院	
khách sạn 飯店	
ngân hàng 銀行	
công ty 公司	
vườn thú 動物園	

3 Cảm giác khoảng cách 距離感

Từ vựng 詞彙	Câu ngắn thường dùng 常用短句
ngắn 短	Khoảng cách từ ngân hàng đến nhà thờ rất ngắn. 從銀行到教堂距離很短。
dài 長	Từ nhà tôi đến công ty còn một đoạn đường rất dài. 從我家到公司還要一段很長的路。
xa 遠	Nhà tôi cách nhà bạn không xa lắm. 我家離你家不太遠。
gần 近	Đến nhà hàng này thì gần hơn. 到這家餐廳比較近。
gần đó 附近	Gần đó có bưu điện. 這附近有郵局。
kề sát 鄰近	Nhà tôi kề sát rạp chiếu phim. 我家鄰近電影院。
bên cạnh 旁邊	Tôi ngồi bên cạnh bạn nhé! 我坐旁邊躺！
đến 到	Cô ấy đến Hạ Long rồi. 她到下龍灣了。
bao xa 多遠	Từ Hà Nội đến Hạ Long còn bao xa? 從河內到下龍灣還有多遠？
khoảng 大概、大約	Tiếp tục đi khoảng 200 mét là đến thư viện. 你繼續走大概200公尺就到圖書館。

Luyện tập │ 練習

1. Hãy điền những từ có sẵn dưới đây vào ô trống sao cho đúng.
   請填寫正確以下單字到正確位置。

A. xa   B. bao xa   C. bên cạnh   D. cây số

① Thư viện _____ công ty tôi.

② Nhà tôi cách Hạ Long khoảng 100 _____

③ Đồn cảnh sát cói _____ đây không?

④ Nhà bạn đến thư viên cách _____?

2. Hãy tìm ra từ đã viết sai lỗi chính tả, và sửa lại cho chính xác.
   請找出句子中的錯別字並修正。

① Nhà tôi cách chạm xăng không xa. _____

② Xiêu thị kề sát bưu điện. _____

③ Khách sạn tôi đang ở cách xân bay 10 cây số. _____

④ Trạm săng cách dạp chiếu phim không xa. _____

Hỏi đường
問路

Sơ đồ tư duy | 心智圖

phía trên 上面
phía dưới 下面
bên trong 裡面
bên ngoài 外面
ở giữa 中間
xung quanh 周邊
phía trước 前面
phía sau 後面
đối diện 對面
góc 角落

Phương hướng
方向

Đông 東
Nam 南
Tây 西
Bắc 北

rẽ phải 右轉
rẽ trái 左轉
đi thẳng 直走
quay lại 迴轉
đi qua 經過
vào 進
ra 出
lên 上
xuống 下

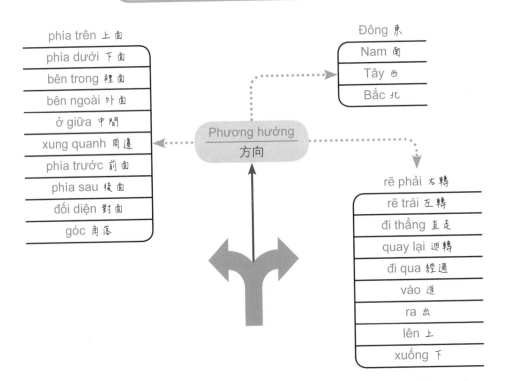

Anh ơi! Làm ơn cho tôi hỏi đến khách sạn Thắng Lợi đi như thế nào?
哥哥！請問要到勝利酒店怎麼走？

À! Anh đi thẳng 100 mét, tới ngã tư thì anh rẽ phải, đi thẳng 50 mét là đến nơi.
喔！你直走100公尺，到十字路口右轉，再直走50公尺就到了。

MP3

Từ vựng và câu ngắn thường dùng ︱ 詞彙與常用短句

Từ vựng 詞彙	Câu ngắn thường dùng 常用短句
Đông 東	Anh nên hướng về phía Đông đi. 你應該往東走。
Nam 南	Ngôi nhà này hướng phía Nam sẽ rất thuận lợi. 這棟房子朝向南邊將會很順利。
Tây 西	Phía Tây Việt Nam giáp Lào và Campuchia. 越南的西方靠近寮國與柬埔寨。
Bắc 北	Phía Bắc giáp Trung Quốc. 越南的北方靠近中國。
rẽ phải 右轉	Đến đường Trung Chính bạn nên rẽ phải. 到中正路你要右轉。
rẽ trái 左轉	Cô ấy vừa rẽ trái rồi. 她剛剛左轉了。
đi thẳng 直走	Đi thẳng 2 cây số là tới nơi. 直走2公里就到。
quay lại 迴轉	Bạn đi sai rồi, quay lại đi vào đường chính. 你走錯了，迴轉走回大馬路去。
đi qua 經過	Vừa đi qua nhà hát mà không thấy cô ấy. 剛經過歌劇院但沒有看到她。
vào 進	Anh ấy đi vào siêu thị. 他進去百貨公司。
ra 出	Chị đi ra cổng chính là nhìn thấy anh ấy. 你出去到大門就會看到他。
lên 上	Tôi lên lầu 2 tìm anh ấy. 我上二樓找他。
xuống 下	Để tôi xuống đón chị. 讓我下去接你。
phía trên 上面	Bức tranh ở phía trên ghế sofa. 在沙發上面畫畫。

Từ vựng 詞彙	Câu ngắn thường dùng 常用短句
phía dưới 下面	Tấm thảm ở phía dưới bàn. 地毯在桌子下面。
bên trong 裡面	Chiếc áo này mỏng quá, nên mặc thêm chiếc áo ba lỗ bên trong nữa. 這件衣服太透了，裡面要多穿一件小可愛。
bên ngoài 外面	Cô ấy đứng bên ngoài của chờ anh. 她站在外面等你。
ở giữa 中間	Siêu thị ở giữa nhà hát và bưu điện. 百貨公司在歌劇院和郵局中間。
xung quanh 周邊	Xung quanh bảo tàng có rất nhiều cây xanh. 博物館周邊有很多綠色樹木。
phía trước 前面	Công viên ở phía trước trạm xăng. 公園在加油站前面。
phía sau 後面	Phía sau nhà hàng này là ngân hàng. 餐廳後面是銀行。
đối diện 對面	Đối diện nhà tôi là bưu điện. 我家對面是郵局。
góc 角落	Rạp chiếu phim ở góc phố. 電影院在這條街的角落。

Chú ý chính tả "ch" "tr" 請標示出以下詞彙的「ch」或「tr」

bức tranh	畫畫	quả chanh	檸檬
trung tâm	中心	chung nhau	一起、共同
kiểm tra	檢查	cha mẹ	父母
trạm xăng	加油站	va chạm	碰撞
chính trị	政治	chị em	姊妹

272

Luyện tập │ 練習

11-021

1. Nghe và sắp xếp các câu thành hội thoại cho đúng.
   請掃描右側QR聆聽音檔，聽並正確排序以下對話。

A. Bưu điện ở đường Trung Chính, đối diện thư viện. ☐

B. Xin lỗi, anh làm ơn cho tôi hỏi… 1

C. Bưu điện ở đâu ạ? ☐

D. Dạ, anh hỏi gì? ☐

E. Cám ơn anh. ☐

2. Dùng "ra" "vào" "lên" "xuống" để hoàn thành câu（có thể chọn nhiều đáp án）.
   使用「出」、「進」、「上」、「下」完成以下句子（可複選）。

① Mẹ tôi đi _____ lầu 3.

② Tôi muốn đi _____ phố.

③ Chị ấy đi _____ siêu thị.

④ Cô ấy đi _____ ngoài.

2：①lên（xuống），②ra（xuống），③vào，④ra
1：BDCAE
答案：

Bài 3
單元三

Phương tiện giao thông
交通工具

Sơ đồ tư duy | 心智圖

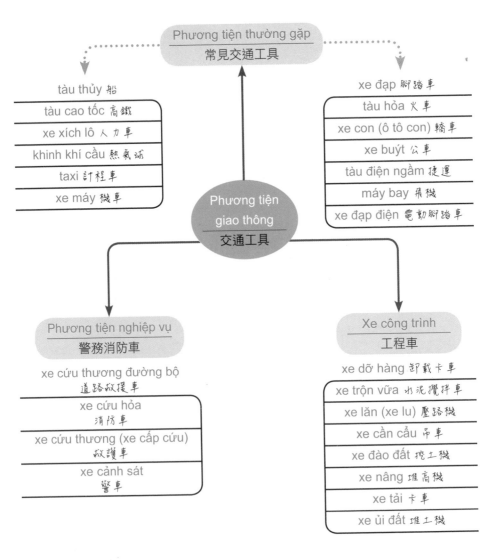

Phương tiện thường gặp
常見交通工具

tàu thủy 船
tàu cao tốc 高鐵
xe xích lô 人力車
khinh khí cầu 熱氣球
taxi 計程車
xe máy 機車

xe đạp 腳踏車
tàu hỏa 火車
xe con (ô tô con) 轎車
xe buýt 公車
tàu điện ngầm 捷運
máy bay 飛機
xe đạp điện 電動腳踏車

Phương tiện giao thông
交通工具

Phương tiện nghiệp vụ
警務消防車

xe cứu thương đường bộ
道路救援車
xe cứu hỏa
消防車
xe cứu thương (xe cấp cứu)
救護車
xe cảnh sát
警車

Xe công trình
工程車

xe dỡ hàng 卸載卡車
xe trộn vữa 水泥攪拌車
xe lăn (xe lu) 壓路機
xe cần cẩu 吊車
xe đào đất 挖工機
xe nâng 堆高機
xe tải 卡車
xe ủi đất 堆工機

MP3

Từ vựng và câu ngắn thường dùng | 詞彙與常用短句

1 **Phương tiện thường gặp** 常見交通工具

Từ vựng 詞彙	Câu ngắn thường dùng 常用短句
tàu thủy 船	Chị nhìn kìa, trên biển có rất nhiều tàu thủy. 姊姊，你看！海上有很多船。
tàu cao tốc 高鐵	Anh ấy đi tàu cao tốc lên Đài Bắc. 他搭高鐵上台北。
xe xích lô 人力車	Việt Nam tôi rất thích ngồi xe xích lô. 回越南時我很喜歡坐人力車。
khinh khí cầu 熱氣球	Bạn đã ngồi khinh khí cầu bao giờ chưa? 你有坐過熱氣球嗎？
taxi 計程車	Tôi đang đợi taxi tới. 我正在等計程車來。
xe máy 機車	Xe máy này là của ai vậy? 這輛機車是誰的？
xe đạp 腳踏車	Bố mới mua xe đạp cho anh ấy. 爸爸剛剛買新的腳踏車給他。
tàu hỏa 火車	Bạn ngồi tàu hỏa lên đây, tôi đợi bạn. 你坐火車上來，我等你。
xe con（ô tô con） 轎車	Tôi lái ô tô con đến đón bạn. 我開轎車來接你。
xe buýt 公車	Mỗi ngày chị tôi thường đi làm bằng xe buýt. 我姊姊每天都坐公車去上班。
tàu điện ngầm 捷運	Việt Nam đang xây dựng tàu điện ngầm. 越南正在建設捷運。
máy bay 飛機	Lần này tôi sẽ ngồi máy bay đến thành phố Đà Nẵng. 這次我會坐飛機到峴港市。

Từ vựng 詞彙	Câu ngắn thường dùng 常用短句
xe đạp điện 電動腳踏車	Anh mua xe đạp điện này bao nhiêu tiền vậy? 你買這台電動腳踏車多少錢？

2 Xe công trình 工程車

Từ vựng 詞彙	Câu ngắn thường dùng 常用短句
xe dỡ hàng 卸載卡車	Phía trước cổng nhà tôi có một chiếc xe dỡ hàng. 我家大門前有一輛卸載卡車。
xe trộn vữa 水泥攪拌車	Anh lái xe trộn vữa đến đây nhé. 你開水泥攪拌車來這裡喔！
xe lăn（xe lu） 壓路機	Khi làm đường cần phải dùng đến xe lu. 道路施工時必須用到壓路機。
xe cần cẩu 吊車	Anh ấy lái xe cần cẩu rất giỏi. 他開吊車很厲害。
xe đào đất 挖土機	Xe đào đất trên thị trường có rất nhiều loại. 市場上的挖土機有很多種。
xe nâng 堆高機	Xe nâng không thể thiếu trong các nhà máy lớn. 在大型工廠不可缺少堆高機。
xe tải 卡車	Con đường này có rất nhiều xe tải chạy qua. 這條路有很多卡車經過。
xe ủi đất 堆土機	Tôi nghĩ anh nên mua một chiếc xe ủi đất. 我想你應該買一台堆土機。

MP3

③ Phương tiện nghiệp vụ 警務消防車

Từ vựng 詞彙	Câu ngắn thường dùng 常用短句
xe cứu thương đường bộ 道路救援車	Xe hỏng rồi, chị đã gọi xe cứu thương đường bộ đến chưa? 車壞了，你有叫道路救援車來了嗎？
xe cứu hỏa 消防車	Tôi nghe thấy có tiếng của xe cứu hỏa ở gần đây. 我聽到附近有消防車的聲音。
xe cứu thương （xe cấp cứu） 救護車	Chị làm sao vậy, để tôi gọi xe cấp cứu. 妳怎麼了，讓我來叫救護車。
xe cảnh sát 警車	Xe cảnh sát đang rượt đuổi tội phạm ở trên đường. 警車在路上追逐罪犯。

Luyện tập | 練習

1. Ghép từ với tranh. 配對正確詞彙與圖片。

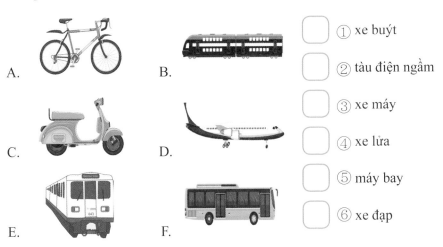

A.

B.

C.

D.

E.

F.

⬚ ① xe buýt

⬚ ② tàu điện ngầm

⬚ ③ xe máy

⬚ ④ xe lửa

⬚ ⑤ máy bay

⬚ ⑥ xe đạp

2. Hãy điền những từ có sẵn dưới đây vào ô trống sao cho đúng.

請填寫正確以下單字到正確位置。

> A. máy bay   B. xe máy   C. xe cứu thương

① Anh ấy bị thương nặng, phải gọi _____ đến.

② Từ Mỹ đến Việt Nam nên đi bằng _____.

③ Tôi chạy _____ đến trạm xăng để đổ xăng.

MP3

Các tuyến đường
路線與道路

Sơ đồ tư duy | 心智圖

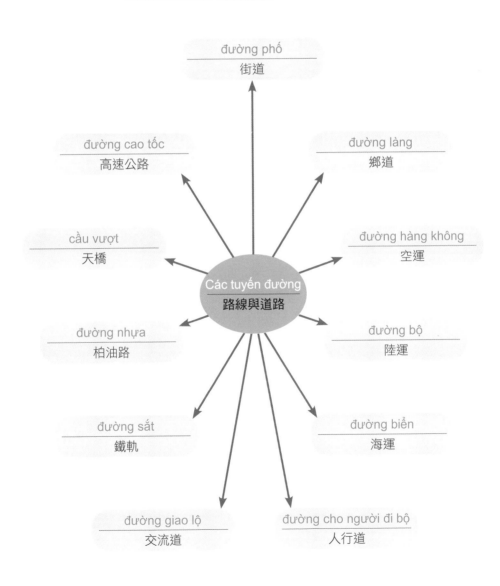

đường phố
街道

đường cao tốc
高速公路

đường làng
鄉道

cầu vượt
天橋

đường hàng không
空運

Các tuyến đường
路線與道路

đường nhựa
柏油路

đường bộ
陸運

đường sắt
鐵軌

đường biển
海運

đường giao lộ
交流道

đường cho người đi bộ
人行道

Dùng đường hàng không tốt hơn.
使用空運會比較好。

Vận chuyển hàng bằng cách nào thì hơn?
貨物運送哪個方式比較好呢?

Từ vựng và câu ngắn thường dùng │ 詞彙與常用短句

Từ vựng 詞彙	Câu ngắn thường dùng 常用短句
đường cao tốc 高速公路	Đường cao tốc này mới xây xong. 這條高速公路剛建設好。
đường phố 街道	Vào buổi tối đường phố rất đông người. 晚上時, 街上的人很多。
đường làng 鄉道	Con đường làng nối liền ra thành phố. 這條鄉道連接到城市。
đường hàng không 空運	Vận chuyển hàng hóa bằng đường hàng không sẽ tiết kiệm thời gian. 使用空運運送貨物將節省時間。
đường bộ 陸運	Giao thông đường bộ của thành phố này mới được quy hoạch. 這個城市的陸運交通剛剛才規劃完成。
đường biển 海運	Anh ấy muốn vận chuyển hàng hóa bằng đường biển. 他想使用海運運送貨物。

Từ vựng 詞彙	Câu ngắn thường dùng 常用短句
đường cho người đi bộ 人行道	Anh không được lái xe vào đường cho người đi bộ. 你不能在人行道上開車。
đường giao lộ 交流道	Anh lái xe xuống đường giao lộ này mới đúng. 你下這個交流道才對。
đường sắt 鐵軌	Đường sắt này được xây dựng từ năm 1990. 這條鐵軌建設於1990年。
đường nhựa 柏油路	Con đường nhựa kia mới làm xong tuần trước. 那條柏油路上禮拜剛完工。
cầu vượt 天橋	Nơi đây đang quy hoạch làm một cây cầu vượt. 這個地方正在規劃建設一條天橋。

Luyện tập │ 練習

1. Đúng hay sai. 請判斷以下句子對或錯。

                          T   F

① Sử dụng tàu thủy là đường hàng không. ☐ ☐

② Máy bay có thể lái vào đường làng. ☐ ☐

③ Đường sắt là dành cho tàu hỏa. ☐ ☐

④ Xe máy không được đi vào đường cho người đi bộ. ☐ ☐

2. Ghép từ với tranh. 配對正確詞彙與圖片。

A.

B.

C.

D.

E.

☐ ① cầu vượt

☐ ② đường cho người đi bộ

☐ ③ đường hàng không

☐ ④ đường sắt

☐ ⑤ đường biển

282

Bài 5
單元五

Trạm xe
車站

Sơ đồ tư duy | 心智圖

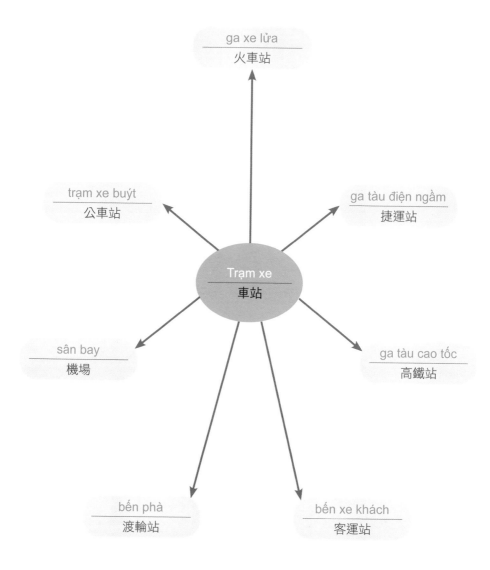

ga xe lửa
火車站

trạm xe buýt
公車站

ga tàu điện ngầm
捷運站

Trạm xe
車站

sân bay
機場

ga tàu cao tốc
高鐵站

bến phà
渡輪站

bến xe khách
客運站

A : A lô! Chiều mai hẹn mấy giờ vậy?

喂！明天下午約幾點？

B : Chiều mai 5h, tôi đợi bạn ở trạm xe buýt nhé.

明天下午5點，我在公車站等你喔！

A : Ok, tôi đem theo bản đồ đi nữa.

好，我會帶地圖。

B : Ừ, hẹn gặp ngày mai.

好，明天見。

Tôi đợi bạn ở trạm xe buýt nhé.

我在公車站等你喔！

Từ vựng và câu ngắn thường dùng | 詞彙與常用短句

Từ vựng 詞彙	Câu ngắn thường dùng 常用短句
trạm xe buýt 公車站	Trạm xe buýt được xây dựng làn đường riêng. 公車站以單獨道路來建設。
ga xe lửa 火車站	Ga xe lửa Cao Hùng rất lớn. 高雄火車站很大。
ga tàu điện ngầm 捷運站	Mọi người đang tụ tập ở ga tàu điện ngầm. 人們正在捷運站聚集。
ga tàu cao tốc 高鐵站	Ga tàu cao tốc rất đông người, tiền bạc đem trên người phải cẩn thận. 高鐵站人潮很多，請小心身上的錢財。
bến xe khách 客運站	Bến xe khách lúc nào cũng đông đúc. 客運站總是很擁擠。
bến phà 渡輪站	Anh có thể chỉ cho tôi bến phà Cần Thơ ở đâu không? 你可以告訴我芹苴渡輪站在哪嗎？
sân bay 機場	Đến sân bay tôi mới phát hiện quên đem hộ chiếu. 到了機場我才發現忘了帶護照。

1. Nghe và chọn đáp án đúng.

請掃描右側QR聆聽音檔，並把正確選項填入以下空格。

> A. ga tàu cao tốc   B. bến phà   C. ga xe lửa   D. trạm xe buýt   E. sân bay

① Tàu thuyền đậu rất nhiều ở _____ Mỹ Thuận.

② Tôi đang đợi tàu hỏa ở _____ .

③ Tôi vừa bay đến _____ Đài Bắc.

④ _____ đang được xây dựng tại Hà Nội.

2. Sắp xếp các câu sau thành câu hoàn chỉnh.

排列以下單字成為完整句子。

①. anh / ga xe lửa / ở đâu / biết?

_____

②. đến / rồi / mẹ / về / sân bay.

_____

③. mình / ở / bạn / bến phà / nhé / đợi.

_____

④. có / Việt Nam / ở / tàu điện ngầm / không?

_____

MP3

解答：

1 : ①B、②C、③E、④A

2 : ①Anh biết ga xe lửa ở đâu không?
②Mẹ về đến sân bay rồi.
③Mình đợi bạn ở bến phà nhé.
④Ở Việt Nam có tàu điện ngầm không?

Biển báo giao thông
交通標誌

đường gấp khúc	nguy hiểm	đường hai chiều	đường hẹp		
連續彎路	危險	雙向交通	路變窄		
bùng binh	ngã ba	nhường đường	đường gập ghềnh	đường mở rộng	giảm tốc độ
圓環	丁字路口	讓路	路面不平	道路擴大	減速
cáp điện trên cao	nguy hiểm	đường trơn	ngừng nhường đường	tín hiệu giao thông	bến cảng
電纜架空	危險	路滑	停止讓路	交通信號	碼頭
đường cho người qua đường	đường băng máy bay	đường mấp mô	ngã tư	cầu mở	dừng lại
行人穿越處	飛機跑道	凹凸路面	十字路口	開橋	停

1.	đường gấp khúc	連續彎路
2.	nguy hiểm	危險
3.	đường hai chiều	雙向交通
4.	đường hẹp	路變窄
5.	bùng binh	圓環
6.	ngã ba	丁字路口
7.	nhường đường	讓路
8.	đường gập ghềnh	路面不平
9.	đường mở rộng	道路擴大
10.	giảm tốc độ	減速
11.	cáp điện trên cao	電纜架空
12.	đường trơn	路滑
13.	ngừng nhường đường	停止讓路
14.	tín hiệu giao thông	交通信號
15.	bến cảng	碼頭
16.	đường cho người qua đường	行人穿越處
17.	đường băng máy bay	飛機跑道
18.	đường mấp mô	凹凸路面
19.	ngã tư	十字路口
20.	cầu mở	開橋
21.	dừng lại	停

MP3

cấm qua đường	cấm người đi bộ và xe đạp	cấm vào	trường học
禁止通行	禁止行人、自行車	禁止進入	學校

hết làn đường kép	công trường thi công	giao thông từ bên phải	giao thông từ bên trái
結束雙車道	工程施工	右側來車	左側來車

1.	cấm qua đường	禁止通行
2.	cấm người đi bộ và xe đạp	禁止行人、自行車
3.	cấm vào	禁止進入
4.	trường học	學校
5.	hết làn đường kép	結束雙車道
6.	công trường thi công	工程施工
7.	giao thông từ bên phải	右側來車
8.	giao thông từ bên trái	左側來車

| cấm xe tải | không tham gia giao thông | cấm còi | cấm vượt | giới hạn chiều dài | cấm xe buýt |
| 禁止貨車 | 禁止參與交通 | 禁鳴喇叭 | 禁止超車 | 長度限制 | 禁止公車 |

| giới hạn tốc độ | tốc độ tối đa cho phép | đường sắt | động vật | cấm đỗ xe |
| 速度限制 | 最大速限 | 鐵路 | 動物 | 禁止停車 |

1.	cấm xe tải	禁止貨車
2.	không tham gia giao thông	禁止參與交通
3.	cấm còi	禁鳴喇叭
4.	cấm vượt	禁止超車
5.	giới hạn chiều dài	長度限制
6.	cấm xe buýt	禁止公車
7.	giới hạn tốc độ	速度限制
8.	tốc độ tối đa cho phép	最大速限
9.	đường sắt	鐵路
10.	động vật	動物
11.	cấm đỗ xe	禁止停車

chỗ đỗ xe cho người khuyết tật

殘障車位

đi thẳng

直走

rẽ trái hoặc phải

左轉或右轉

rẽ sang phải

右轉

đi thẳng hoặc rẽ trái

直走或左轉

khoảng cách đến lối ra

距離出口

hết đường cao tốc

高速公路結束

bắt đầu lên đường cao tốc

高速公路開始

nơi tạm nghỉ

休息站

bãi đỗ xe

停車場

trạm xăng

加油站

quay trở lại

迴轉

đường cụt

死路

được ưu tiên

優先

bệnh viện

醫院

trạm cứu thương

救護站

11

1.	chỗ đỗ xe cho người khuyết tật	殘障車位
2.	đi thẳng	直走
3.	rẽ trái hoặc phải	左轉或右轉
4.	rẽ sang phải	右轉
5.	đi thẳng hoặc rẽ trái	直走或左轉
6.	khoảng cách đến lối ra	距離出口
7.	hết đường cao tốc	高速公路結束
8.	bắt đầu lên đường cao tốc	高速公路開始
9.	nơi tạm nghỉ	休息站
10.	bãi đỗ xe	停車場
11.	trạm xăng	加油站
12.	quay trở lại	迴轉
13.	đường cụt	死路
14.	được ưu tiên	優先
15.	bệnh viện	醫院
16.	trạm cứu thương	救護站

MP3

Sơ đồ tư duy | 心智圖

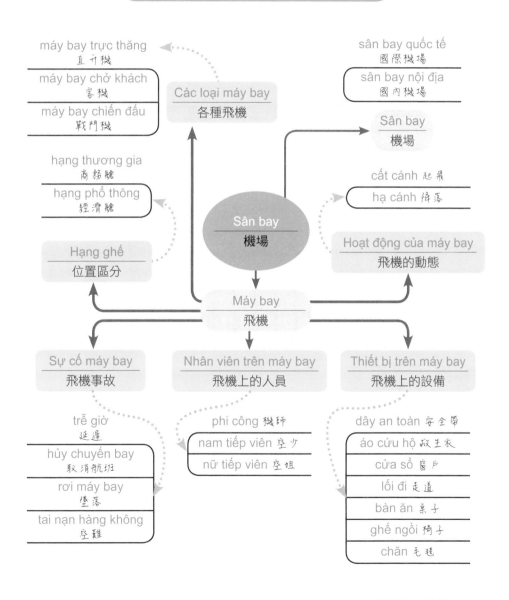

máy bay trực thăng
直升機
máy bay chở khách
客機
máy bay chiến đấu
戰鬥機

Các loại máy bay
各種飛機

sân bay quốc tế
國際機場
sân bay nội địa
國內機場

Sân bay
機場

cất cánh 起飛
hạ cánh 降落

hạng thương gia
商務艙
hạng phổ thông
經濟艙

Sân bay
機場

Hoạt động của máy bay
飛機的動態

Hạng ghế
位置區分

Máy bay
飛機

Sự cố máy bay
飛機事故

Nhân viên trên máy bay
飛機上的人員

Thiết bị trên máy bay
飛機上的設備

trễ giờ
延遲
hủy chuyến bay
取消航班
rơi máy bay
墜落
tai nạn hàng không
空難

phi công 機師
nam tiếp viên 空少
nữ tiếp viên 空姐

dây an toàn 安全帶
áo cứu hộ 救生衣
cửa sổ 窗戶
lối đi 走道
bàn ăn 桌子
ghế ngồi 椅子
chăn 毛毯

A : Ngày mai mấy giờ anh ra sân bay?
你明天幾點去機場？

B : Khoảng tầm 6 giờ sáng là anh phải có mặt tại sân bay rồi.
明天早上6點我就要到機場了。

A : Anh đi của hãng hàng không nào?
你坐哪家航空公司？

B : Anh đi của Việt Nam Airlines.
我坐越南航空。

Từ vựng và câu ngắn thường dùng ｜ 詞彙與常用短句

① Sân bay 機場

Từ vựng 詞彙	Câu ngắn thường dùng 常用短句
sân bay quốc tế 國際機場	Việt Nam có hai sân bay quốc tế lớn là sân bay Nội Bài và sân bay Tân Sơn Nhất. 越南有兩大機場：內排機場與新山一機場。
sân bay nội địa 國內機場	Muốn bay đi Hồ Chí Minh chúng ta phải ra sân bay nội địa. 想要飛去胡志明我們就要到國內機場。

MP3

② Hoạt động của máy bay 飛機的動態

Từ vựng 詞彙	Câu ngắn thường dùng 常用短句
cất cánh 起飛	Mấy giờ máy bay cất cánh? 飛機幾點起飛？
hạ cánh 降落	Máy bay sắp hạ cánh chưa? 飛機快降落了嗎？

③ Thiết bị trên máy bay 飛機上的設備

Từ vựng 詞彙	Câu ngắn thường dùng 常用短句
dây an toàn 安全帶	Xin quý vị hãy thắt dây an toàn. 請各位繫好安全帶。
áo cứu hộ 救生衣	Dưới ghế có áo cứu hộ. 椅子下面有救生衣。
cửa sổ 窗戶	Tôi muốn ngồi ghế gần cửa sổ. 我想坐在靠窗的椅子。
lối đi 走道	Không được để đồ đạc ở lối đi. 走道不能放東西。
bàn ăn 桌子	Xin hãy gấp bàn ăn. 請收好桌子。
ghế ngồi 椅子	Xin hãy dựng thẳng ghế ngồi. 請把椅子立起來。
chăn 毛毯	Có thể lấy giúp tôi một chiếc chăn không? 可以幫我拿毛毯嗎？

④ Nhân viên trên máy bay 飛機上的人員

Từ vựng 詞彙	Câu ngắn thường dùng 常用短句
phi công 機師	Phi công phụ trách lái máy bay. 機師負責開飛機。

Từ vựng 詞彙	Câu ngắn thường dùng 常用短句
nam tiếp viên 空少	Hãng hàng không Trung Hoa sẽ tuyển dụng 10 vị nam tiếp viên tại Đài Loan. 中華航空公司將在台灣招募10位空少。
nữ tiếp viên 空姐	Nữ tiếp viên hàng không phục vụ rất chuyên nghiệp. 空姐服務很專業。

5 Hạng ghế 位置區分

Từ vựng 詞彙	Câu ngắn thường dùng 常用短句
hạng thương gia 商務艙	Hạng thương gia thường đắt hơn các hạng khác. 商務艙通常比其他艙等貴。
hạng phổ thông 經濟艙	Tôi thường xuyên mua được vé máy bay hạng phổ thông với giá rẻ. 我常搶到便宜的經濟艙機票。

6 Sự cố máy bay 飛機事故

Từ vựng 詞彙	Câu ngắn thường dùng 常用短句
trễ giờ 延遲／延誤	Mưa quá lớn, gây cho nhiều chuyến bay bị trễ giờ. 雨下太大，造成很多航班延誤。
hủy chuyến bay 取消航班	Tôi phải hủy chuyến bay đột xuất. 我必須突然取消航班。
rơi máy bay 墜落	Năm ngoái có mấy vụ rơi máy bay. 去年有好幾起飛機墜落的事件。
tai nạn hàng không 空難	Hãng hàng không này chưa từng xảy ra tai nạn hàng không. 這家航空公司從來沒有發生過空難。

7 Các loại máy bay 各種飛機

Từ vựng 詞彙	Câu ngắn thường dùng 常用短句
máy bay trực thăng 直升機	Đội cứu hộ thường xuyên lái máy bay trực thăng để cứu người. 消防隊員常出動直升機救人。
máy bay chở khách 客機	Chiếc máy bay chở khách này có thể chứa tới 200 người. 這台客機可以容納200人。
máy bay chiến đấu 戰鬥機	Máy bay chiến đấu Mustang là một trong mười máy báy chiến đấu đứng đầu trong lịch sử. 野馬式戰鬥機是歷史上十大戰鬥機第一名。

Luyện tập | 練習

1. Chọn đáp án đúng. 選出正確答案。

① 空姐

    A. phi công   B. nam tiếp viên   C.nữ tiếp viên

② 安全帶

    A. dây an toàn   B. bàn ăn   C. áo cứu hộ

③ 毛毯

    A. bàn ăn   B. ghế ngồi   C. chăn

④ 直升機

    A. máy bay chiến đấu   B. máy bay trực thăng   C. máy bay chở khách

⑤ 窗戶

    A. cửa sổ   B. lối đi   C. ghế ngồi

2. Chọn và nối đáp án chính xác. 選出與連接正確答案。

① áo cứu hộ ● ● A. 國際機場

② cất cánh ● ● B. 救生衣

③ hạng thương gia ● ● C. 降落

④ sân bay quốc tế ● ● D. 商務艙

⑤ hạ cánh ● ● E. 起飛

MP3

Thủ tục hải quan
海關手續

Sơ đồ tư duy | 心智圖

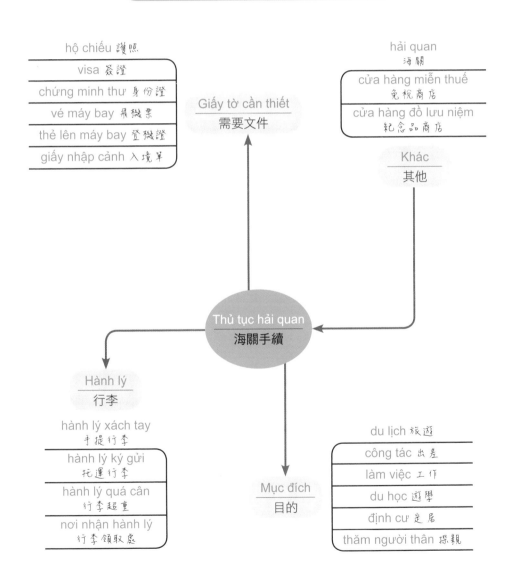

hộ chiếu 護照
visa 簽證
chứng minh thư 身份證
vé máy bay 飛機票
thẻ lên máy bay 登機證
giấy nhập cảnh 入境單

Giấy tờ cần thiết
需要文件

hải quan
海關
cửa hàng miễn thuế
免稅商店
cửa hàng đồ lưu niệm
紀念品商店

Khác
其他

Thủ tục hải quan
海關手續

Hành lý
行李

hành lý xách tay
手提行李
hành lý ký gửi
托運行李
hành lý quá cân
行李超重
nơi nhận hành lý
行李領取處

Mục đích
目的

du lịch 旅遊
công tác 出差
làm việc 工作
du học 遊學
định cư 定居
thăm người thân 探親

Hội thoại │ 會話

A： Ngày mai ra sân bay em nhớ mang theo hộ chiếu và visa nhé.

明天你要記得帶護照與證件到機場哦！

B： Dạ, em đã chuẩn bị xong hết rồi. Hành lý ký gửi chỉ khoảng 20 kg.

好，我已經準備好了。托運行李只有大概20公斤而已。

A： Em nhớ là máy tính và sạc dự phòng không được để trong hành lý ký gửi nhé.

你要注意筆電跟行動電源不能放在托運行李哦！

B： Anh yên tâm. Em nhớ rồi.

你放心，我記得了。

Từ vựng và câu ngắn thường dùng │ 詞彙與常用短句

1 **Giấy tờ cần thiết** 需要文件

Từ vựng 詞彙	Câu ngắn thường dùng 常用短句
hộ chiếu 護照	Đi nước ngoài nhất định phải mang theo hộ chiếu. 出國一定要帶著護照。
visa 簽證	Tôi xin visa đi Việt Nam rồi. 我已經申請簽證要去越南了。

Từ vựng 詞彙	Câu ngắn thường dùng 常用短句
chứng minh thư 身份證	Đây là chứng minh thư của cô ấy. 這是她的身份證。
vé máy bay 飛機票	Cô ấy được tặng vé máy bay đi châu Âu miễn phí. 她免費得到去歐洲的機票。
thẻ lên máy bay 登機證	Trên thẻ lên máy bay có ghi rõ cửa vào máy bay. 登機證上面有把登機門寫得很清楚。
giấy nhập cảnh 入境單	Trước khi nhập cảnh vào Đài Loan chị phải viết giấy nhập cảnh. 入境台灣之前你要寫入境單。

2 Mục đích 目的

Từ vựng 詞彙	Câu ngắn thường dùng 常用短句
du lịch 旅遊	Công ty tổ chức nhân viên du lịch mỗi năm một lần. 公司每年舉辦員工旅遊一次。
công tác 出差	Tôi tuần sau đi công tác ở Việt Nam khoảng 10 ngày. 我下禮拜去越南出差大概10天。
làm việc 工作	Có rất nhiều người Việt Nam đi làm việc ở Đài Loan. 有很多越南勞工來台灣工作。
du học 遊學	Em gái tôi sang Đài Loan du học. 我妹妹來台灣遊學。
định cư 定居	Anh có muốn định cư ở Mỹ không? 你有想要在美國定居嗎？
thăm người thân 探親	Xin hỏi làm thủ tục thăm người thân như thế nào? 請問辦理探親文件要怎麼做？

3 Hành lý 行李

Từ vựng 詞彙	Câu ngắn thường dùng 常用短句
hành lý xách tay 手提行李	Chết rồi, hành lý xách tay của em quá cân, phải làm sao bây giờ? 完蛋了，我的手提行李超重，現在該怎麼辦呢？
hành lý ký gửi 托運行李	Hãy đặt hành lý ký gửi lên đây đi! 請把托運行李放上來吧！
hành lý quá cân 行李超重	Hành lý quá cân nên xử lý ra sao? 行李超重要怎麼處理？
nơi nhận hành lý 行李領取處	Đi theo tôi, tôi sẽ dẫn anh đến nơi nhận hành lý. 跟我來，我會帶你到行李領取處。

4 Khác 其他

Từ vựng 詞彙	Câu ngắn thường dùng 常用短句
hải quan 海關	Nhân viên hải quan sẽ kiểm tra hành lý của anh. 海關人員將檢查你的行李。
cửa hàng miễn thuế 免稅商店	Mỗi lần ra nước ngoài, tôi thường ghé vào cửa hàng miễn thuế để mua nước hoa. 每次出國，我都會去免稅店買香水。
cửa hàng đồ lưu niệm 紀念品商店	Cửa hàng đồ lưu niệm thường hay bán những thứ đồ rất đặc biệt. 紀念品商店有賣一些很有特色的東西。

Luyện tập｜練習

1. Chọn đáp án đúng. 選出正確答案。

① hộ chiếu

  A. 證件　　　　　B. 護照　　　　　C. 身份證

② thẻ lên máy bay

  A. 登機證　　　　B. 飛機票　　　　C. 入境單

③ đi công tác

  A. 遊學　　　　　B. 出差　　　　　C. 旅遊

④ hành lý xách tay

  A. 超重行李　　　B. 托運行李　　　C. 手提行李

⑤ cửa hàng miễn thuế

  A. 取消航班　　　B. 紀念品商店　　C.免稅商店

2. Chọn và nối đáp án chính xác. 選出與連接正確答案。

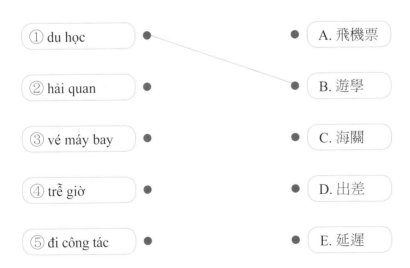

① du học	A. 飛機票
② hải quan	B. 遊學
③ vé máy bay	C. 海關
④ trễ giờ	D. 出差
⑤ đi công tác	E. 延遲

2：①B, ②C, ③A, ④E, ⑤D
1：①B, ②A, ③B, ④C, ⑤C
答案：

MP3

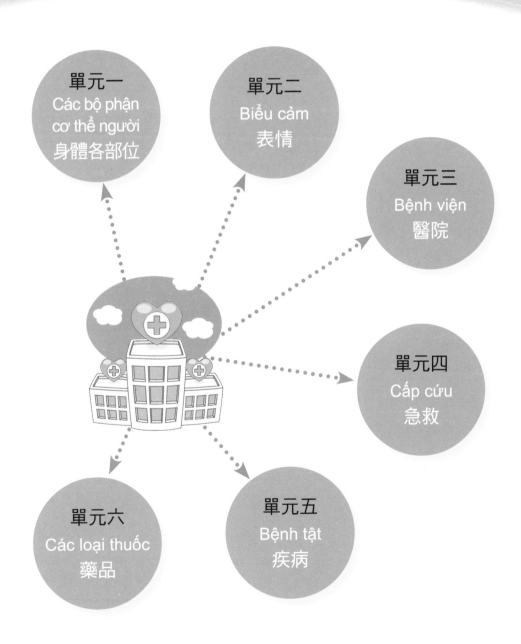

Chương
12
第十二章

Sức khỏe

身體 & 健康

單元一
Các bộ phận
cơ thể người
身體各部位

單元二
Biểu cảm
表情

單元三
Bệnh viện
醫院

單元四
Cấp cứu
急救

單元五
Bệnh tật
疾病

單元六
Các loại thuốc
藥品

Sơ đồ tư duy | 心智圖

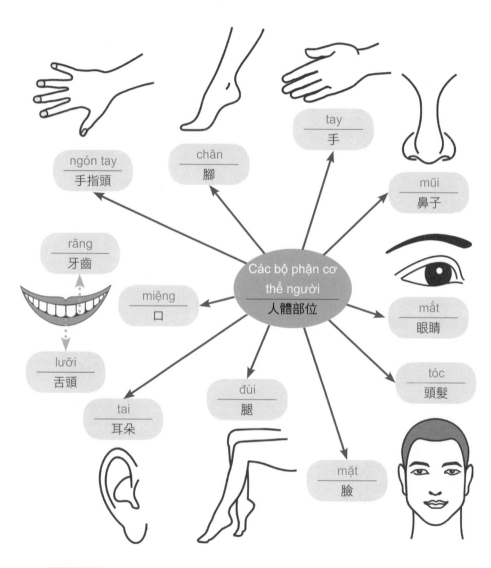

ngón tay
手指頭

chân
腳

tay
手

mũi
鼻子

răng
牙齒

miệng
口

Các bộ phận cơ
thể người
人體部位

mắt
眼睛

lưỡi
舌頭

tai
耳朵

đùi
腿

tóc
頭髮

mặt
臉

MP3

A : Tay anh sao bị chảy máu vậy?

你的手怎麼流血了呢？

B : Tôi vừa bị ngã xe máy.

我剛騎車摔倒。

A : Ôi trời. Anh có bị làm sao không?

天啊！你有沒有怎樣呢？

B : Rất may là không sao. Tôi chỉ bị thương nhẹ ở tay và chân thôi.

幸好沒事。只有我的手跟腳輕傷而已。

Từ vựng và câu ngắn thường dùng | 詞彙與常用短句

Từ vựng 詞彙	Câu ngắn thường dùng 常用短句
ngón tay 手指頭	Tôi vừa gọt hoa quả không cẩn thận bị cắt vào ngón tay. 我剛削水果不小心切到手指頭。
chân 腳	Tôi bị đau chân. 我腳痛。
tay 手	Tay tôi bị nhức. 我手酸。
mũi 鼻子	Tôi bị nghẹt mũi. 我的鼻子塞住了。
mắt 眼睛	Cháu bé có đôi mắt thật to tròn. 小朋友的眼睛好大。
tóc 頭髮	Tôi muốn đi cắt tóc. 我想去剪頭髮。
mặt 臉	Hiện nay rất thịnh hành khuôn mặt V- line Hàn Quốc. 現在很流行韓國臉蛋。
đùi 腿	Hôm qua tôi chạy bộ nhiều nên hôm nay đùi rất mỏi. 昨天我跑步很久，所以今天腳很酸。
tai 耳朵	Cô ấy hét to vào tai tôi. 她在我的耳朵旁邊大喊。
lưỡi 舌頭	Có nhiều âm uốn lưỡi tôi thấy rất khó phát âm. 有很多捲舌音我覺得很難發音。
răng 牙齒	Tôi không thích ăn kẹo vì sợ sâu răng. 我不喜歡吃糖果因為怕蛀牙。
miệng 口	Loại nước súc miệng này rất tốt. 這種漱口水很好用。

MP3

Luyện tập | 練習

Chọn và nối đáp án chính xá.c 選出與連接正確答案。

① mặt ●   ● A. 頭髮

② răng ●   ● B. 嘴巴

③ tóc ●   ● C. 臉

④ tay ●   ● D. 牙齒

⑤ miệng ●   ● E. 手

①C, ②D, ③A, ④E, ⑤B

答案：

Biểu cảm
表情

Sơ đồ tư duy｜心智圖

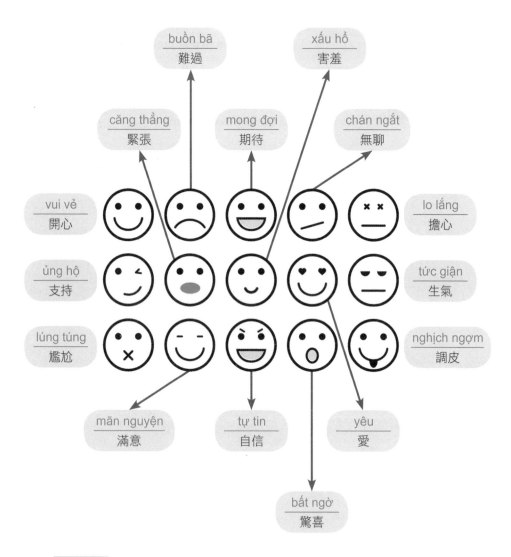

buồn bã / 難過

xấu hổ / 害羞

căng thẳng / 緊張

mong đợi / 期待

chán ngắt / 無聊

vui vẻ / 開心

lo lắng / 擔心

ủng hộ / 支持

tức giận / 生氣

lúng túng / 尷尬

nghịch ngợm / 調皮

mãn nguyện / 滿意

tự tin / 自信

yêu / 愛

bất ngờ / 驚喜

MP3

Hội thoại | 會話

A : Nhìn anh có vẻ rất lo lắng. Có chuyện gì vậy anh?
看你很擔心，發生什麼事了嗎？

B : Anh vừa nhận được tin vợ anh sắp phải vào viện sinh.
我剛接到訊息，我老婆準備去醫院生小孩了。

A : Vậy hả anh. Chúc mừng anh nhé, mọi chuyện sẽ ổn thôi, anh không phải quá lo lắng.
真的哦！恭喜你，一切會很順利的，你不用太擔心。

B : Cám ơn em. Anh tuy lo lắng nhưng cũng rất vui.
謝謝妳。我雖然擔心但是也很開心。

Từ vựng và câu ngắn thường dùng │ 詞彙與常用短句

Từ vựng 詞彙	Câu ngắn thường dùng 常用短句
vui vẻ 開心／愉快	Chúc em cuối tuần vui vẻ. 祝你週末愉快。
buồn bã 難過	Trông anh ta rất buồn bã, có lẽ anh ấy rất nhớ nhà. 看他很難過，也許他很想家。
mong đợi 期待	Tôi rất mong đợi chuyến đi du lịch Việt Nam sắp tới. 我很期待這次去越南旅遊。
chán ngắt 無聊	Câu chuyện cô ấy kể chán ngắt. 他講的故事很無聊。
lo lắng 擔心	Tôi rất lo lắng không biết kết quả thi ra sao. 我很擔心，不知道考試的結果如何。
tức giận 生氣	Xin em đừng tức giận. 你別生氣。
yêu 愛	Anh yêu em. 我愛你。
nghịch ngợm 調皮	Đứa trẻ này rất nghịch ngợm. 這個小孩很調皮。
bất ngờ 驚喜	Vợ cho tôi một bất ngờ lớn. 老婆給我一個大驚喜。
xấu hổ 害羞	Cô ấy là người rất dễ xấu hổ. 她是很容易害羞的人。
tự tin 自信	Ánh mắt cô ấy tràn đầy tự tin. 她的眼神充滿自信。
mãn nguyện 滿意	Chỉ cần em yêu anh thật lòng là anh đã mãn nguyện lắm rồi. 只要你真心愛我，我就很滿意了。
lúng túng 尷尬	Tình hình lúc đó khiến tôi rất lúng túng. 那時候的狀況讓我很尷尬。

MP3

Từ vựng 詞彙	Câu ngắn thường dùng 常用短句
căng thẳng 緊張	Đứng trước đám đông tôi rất dễ bị căng thẳng. 站在人多的地方我很容易緊張。
ủng hộ 支持	Bố mẹ hoàn toàn ủng hộ công việc của tôi. 爸爸媽媽完全支持我的工作。

Luyện tập | 練習

Chọn và nối đáp án chính xác. 選出並連接正確答案。

① vui vẻ ●   ● A. 開心

② tức giận ●   ● B. 尷尬

③ căng thẳng ●   ● C. 生氣

④ xấu hổ ●   ● D. 緊張

⑤ lúng túng ●   ● E. 害羞

①A、②C、③D、④E、⑤B
答案：

Bài 3
單元三

Bệnh viện
醫院

Sơ đồ tư duy | 心智圖

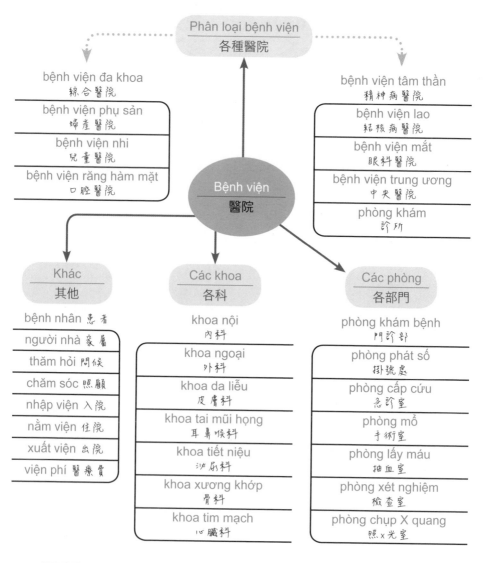

Phân loại bệnh viện
各種醫院

bệnh viện đa khoa
綜合醫院

bệnh viện phụ sản
婦產醫院

bệnh viện nhi
兒童醫院

bệnh viện răng hàm mặt
口腔醫院

Bệnh viện
醫院

bệnh viện tâm thần
精神病醫院

bệnh viện lao
結核病醫院

bệnh viện mắt
眼科醫院

bệnh viện trung ương
中央醫院

phòng khám
診所

Khác
其他

bệnh nhân 患者
người nhà 家屬
thăm hỏi 問候
chăm sóc 照顧
nhập viện 入院
nằm viện 住院
xuất viện 出院
viện phí 醫療費

Các khoa
各科

khoa nội
內科

khoa ngoại
外科

khoa da liễu
皮膚科

khoa tai mũi họng
耳鼻喉科

khoa tiết niệu
泌尿科

khoa xương khớp
骨科

khoa tim mạch
心臟科

Các phòng
各部門

phòng khám bệnh
門診部

phòng phát số
掛號處

phòng cấp cứu
急診室

phòng mổ
手術室

phòng lấy máu
抽血室

phòng xét nghiệm
檢查室

phòng chụp X quang
照x光室

314

Hội thoại ｜ 會話

A : Tôi chút nữa phải vào viện làm thủ tục cho vợ tôi xuất viện.

我待會要去醫院幫老婆辦出院。

B : Vợ anh bị sao mà phải nằm viện?

你老婆為什麼要住院？

A : À, vợ tôi mới sinh cháu, phải mổ nên nằm viện mấy hôm.

哦，我老婆剛生小孩，剖腹產所以需要住院幾天。

A : Cám ơn chị quan tâm.

謝謝你關心。

Từ vựng và câu ngắn thường dùng ｜ 詞彙與常用短句

1 Phân loại bệnh viện 各種醫院

Từ vựng 詞彙	Câu ngắn thường dùng 常用短句
bệnh viện đa khoa 綜合醫院	Ở Hà Nội có rất nhiều bệnh viện đa khoa. 在河內有很多綜合醫院。
bệnh viện phụ sản 婦產醫院	Mỗi tháng tôi phải đưa vợ đến bệnh viện phụ sản để khám. 每個月我都要帶老婆到婦產醫院檢查。

Từ vựng 詞彙	Câu ngắn thường dùng 常用短句
bệnh viện nhi 兒童醫院	Bé nhà chị bị ốm hả! Đưa bé đến bệnh viện nhi trung ương khám xem sao. 你的小朋友生病了嗎？帶她去兒童醫院看看。
bệnh viện răng hàm mặt 口腔醫院	Anh thấy ở Hà Nội bệnh viện răng hàm mặt nào uy tín? 你覺得在河內哪家口腔醫院比較好？
bệnh viện tâm thần 精神病醫院	Mợ tôi trước kia đã từng phải vào bệnh viện tâm thần để điều trị. 我舅媽曾經在精神病醫院接受治療。
bệnh viện lao 結核病醫院	Bệnh viện lao là nơi chuyên điều trị các bệnh nhân bị lao phổi. 結核病醫院是專門治療肺結核患者的。
bệnh viện mắt 眼科醫院	Nếu anh có vấn đề về mắt thì tốt nhất nên đi bệnh viện mắt khám. 如果你眼睛有問題，最好去眼科醫院檢查看看。
bệnh viện trung ương 中央醫院	Tôi thấy bệnh viện trung ương các bác sỹ đều rất chuyên nghiệp. 我覺得中央醫院的醫生都很專業。
phòng khám 診所	Tôi thấy đi phòng khám tiện hơn đi bệnh viện. 我覺得去診所比醫院方便。

2 Các phòng 各部門

Từ vựng 詞彙	Câu ngắn thường dùng 常用短句
phòng khám bệnh 門診部	Xin hỏi phòng khám bệnh ở chỗ nào? 請問門診部在哪裡？
phòng phát số 掛號處	Chỗ mà mọi người đang xếp hàng là phòng phát số. 有一堆人排隊的位置就是掛號處。

Từ vựng 詞彙	Câu ngắn thường dùng 常用短句
phòng cấp cứu 急診室	Ông ấy bị thương rất nặng, bác sĩ đã đưa ông ấy tới phòng cấp cứu. 那位先生受傷很嚴重，醫生已經帶他到急診室。
phòng mổ 手術室	Người nhà bệnh nhân xin hãy đợi ở ngoài phòng mổ. 病人的家屬請在手術室外面等。
phòng lấy máu 抽血室	Bệnh nhân được đưa tới phòng lấy máu rồi. 病人已經帶到抽血室了。
phòng xét nghiệm 檢查室	Vào phòng xét nghiệm xin hãy tắt điện thoại. 進入檢查室請將手機關機。
phòng chụp X quang X光室	Bác sĩ bảo tôi cần phải tới phòng chụp X quang. 醫生說我要到X光室。

③ Các khoa 各科

Từ vựng 詞彙	Câu ngắn thường dùng 常用短句
khoa nội 內科	Bệnh viện này không có khoa nội. 這間醫院沒有內科。
khoa ngoại 外科	Vết thương ngoài da của anh nên tìm bác sĩ khoa ngoại để điều trị. 您皮膚的傷口要找外科醫生治療。
khoa da liễu 皮膚科	Da tôi bị mẩn ngứa, tôi cần phải đi khám khoa da liễu. 我皮膚過敏，需要去看皮膚科。
khoa tai mũi họng 耳鼻喉科	Khoa tai mũi họng là chuyên khoa điều trị các bệnh lý liên quan đến tai, mũi và họng. 耳鼻喉科是專門治療耳、鼻、喉相關的症狀。

Từ vựng 詞彙	Câu ngắn thường dùng 常用短句
khoa tiết niệu 泌尿科	Nếu thấy có hiện tượng bị sỏi thận anh cần đi khám khoa tiết niệu ngay. 如果覺得有腎結石的症狀，你要趕快去泌尿科看看。
khoa xương khớp 骨科	Tôi thường bị đau lưng, muốn đi khoa xương khớp xem sao. 我常常背痛，想去看骨科。
khoa tim mạch 心臟科	Ông ấy thường lên cơn đau tim, tôi khuyên ông ấy nên đi khoa tim mạch khám. 他心臟病常發作，我勸他要去心臟科檢查。

4 Khác 其他

Từ vựng 詞彙	Câu ngắn thường dùng 常用短句
bệnh nhân 患者	Bệnh nhân vừa phẫu thuật cần được nghỉ ngơi. 剛開完刀的患者需要休息。
người nhà 家屬	Ai là người nhà của bệnh nhân? 誰是病人的家屬？
thăm hỏi 問候	Cho tôi gửi lời thăm hỏi tới cô ấy. 請幫我向她問候。
chăm sóc 照顧	Vợ tôi bận chăm sóc con nhỏ. 我太太忙著照顧小孩。
nhập viện 入院	Ông ấy mới nhập viện. 他剛入院。
nằm viện 住院	Anh ấy nằm viện mấy ngày rồi? 他住院幾天了呢？
xuất viện 出院	Tôi hy vọng có thể sớm xuất viện. 我希望可以早點出院。
viện phí 醫療費	Tiền viện phí tổng cộng hết gần 10 triệu. 醫療費總共快一百萬越盾。

Luyện tập ｜ 練習

1. Thay thế.

請使用右邊的詞彙替換句子畫線的地方，並且唸出完整句子。

- Tôi muốn đi <u>bệnh viện đa khoa</u> khám bệnh.

⋙ bệnh viện phụ sản

⋙ bệnh viện mắt

⋙ bệnh viện trung ương

⋙ khoa tai mũi họng

⋙ khoa xương khớp

⋙ phòng khám

2. Chọn đáp án đúng. 選出正確答案。

① 綜合醫院

    A. bệnh viện mắt   B. bệnh viện đa khoa   C. bệnh viện trung ương

② 急診室

    A. phòng cấp cứu   B. phòng xét nghiệm   C. phòng khám

③ 住院

    A. nhập viện   B. xuất viện   C. nằm viện

④ 患者

    A. người nhà   B. bác sĩ   C. bệnh nhân

⑤ 皮膚科

    A. khoa tai mũi họng   B. khoa da liễu   C. khoa tiết niệu

3. Chọn và nối đáp án chính xác. 選出與連接正確答案。

① bác sĩ   ●   ● A. 心臟科

② phòng cấp cứu   ●   ● B. 醫生

③ khoa tim mạch   ●   ● C. 醫療費

④ phòng mổ   ●   ● D. 手術室

⑤ viện phí   ●   ● E. 急診室

MP3

Bài 4
單元四

Cấp cứu
急救

Sơ đồ tư duy | 心智圖

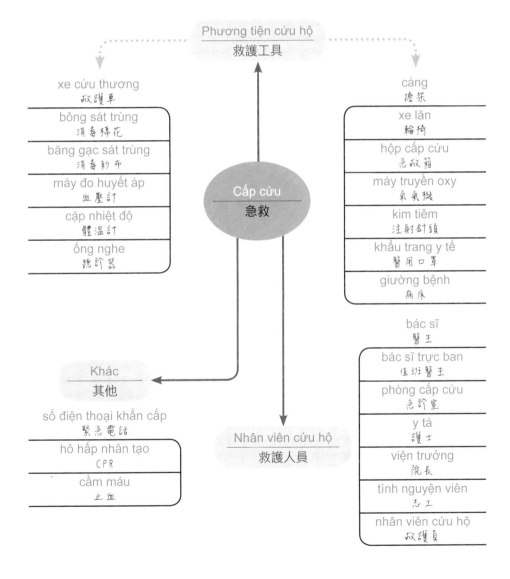

Phương tiện cứu hộ
救護工具

Cấp cứu
急救

xe cứu thương
救護車

bông sát trùng
消毒棉花

băng gạc sát trùng
消毒紗布

máy đo huyết áp
血壓計

cặp nhiệt độ
體溫計

ống nghe
聽診器

cáng
擔架

xe lăn
輪椅

hộp cấp cứu
急救箱

máy truyền oxy
氧氣機

kim tiêm
注射針頭

khẩu trang y tế
醫用口罩

giường bệnh
病床

bác sĩ
醫生

bác sĩ trực ban
值班醫生

phòng cấp cứu
急診室

y tá
護士

viện trưởng
院長

tình nguyện viên
志工

nhân viên cứu hộ
救護員

Khác
其他

số điện thoại khẩn cấp
緊急電話

hô hấp nhân tạo
CPR

cầm máu
止血

Nhân viên cứu hộ
救護人員

Hội thoại | 會話

A : Tôi cần gọi gấp một xe cấp cứu đến bệnh viện Bạch Mai. Xin hỏi anh biết số điện thoại xe cấp cứu không?

我需要一台救護車到白梅醫院。請問你知道急救電話號碼嗎？

B : Chị hãy gọi ngay số cấp cứu 115. Có chuyện gì xảy ra vậy?

你趕快打115。發生了什麼事呢？

A : Hàng xóm nhà tôi có một cụ già bị ngã , rất nghiêm trọng vì vậy cần ngay một xe cấp cứu.

我家鄰居有一位阿嬤摔倒，很嚴重所以需要叫救護車。

B : Trời, vậy thì để tôi gọi giúp luôn.

天啊！那我馬上幫你打電話。

A : Ôi may quá! Cám ơn anh rất nhiều.

太好了！非常感謝你。

小叮嚀！

越南急救中心電話：115

MP3

Từ vựng và câu ngắn thường dùng | 詞彙與常用短句

1 **Phương tiện cứu hộ** 救護工具

Từ vựng 詞彙	Câu ngắn thường dùng 常用短句
xe cứu thương 救護車	Tôi cần gọi gấp xe cứu thương. 我需要叫救護車。
bông sát trùng 消毒棉花	Lau vết thương nên dùng bông sát trùng. 擦傷口要用消毒棉花。
băng gạc sát trùng 消毒紗布	Có thể mua giúp tôi băng gạc sát trùng không? 可以幫我買消毒紗布嗎？
máy đo huyết áp 血壓計	Tôi không biết dùng máy đo huyết áp. 我不會用血壓計。
cặp nhiệt độ 體溫計	Cặp nhiệt độ cho thấy thân nhiệt của cháu bé là 38 độ. 體溫計顯出小朋友的體溫是38度。
ống nghe 聽診器	Bác sĩ dùng ống nghe để nghe nhịp tim. 醫生用聽診器來聽心跳。
cáng 擔架	Cáng cứu thương dùng để vận chuyển bệnh nhân. 擔架用來移動病人患者。
xe lăn 輪椅	Đây là loại xe lăn dành cho người tàn tật. 這是殘障人士專用的輪椅。
hộp cấp cứu 急救箱	Anh để hộp cấp cứu ở đâu? 你把急救箱放在哪裡？
máy truyền oxy 氧氣機	Máy truyền oxy được bác sỹ dùng để cấp cứu cho bệnh nhân. 醫生用氧氣機來急救病人。
kim tiêm 注射針頭	Kim tiêm tuyệt đối không được dùng chung. 注射針頭絕對不能共用。

Từ vựng 詞彙	Câu ngắn thường dùng 常用短句
khẩu trang y tế 醫用口罩	Đi ra ngoài tôi luôn phải đeo khẩu trang y tế. 出門我都要帶醫用口罩。
giường bệnh 病床	Chị ấy nằm ở giường bệnh số mấy? 她在幾號病床？

2 Khác 其他

Từ vựng 詞彙	Câu ngắn thường dùng 常用短句
số điện thoại khẩn cấp 急救電話	Xin hỏi số điện thoại cấp cứu khẩn cấp là bao nhiêu? 請問急救電話號碼是多少？
hô hấp nhân tạo CPR	Bác sĩ đang làm hô hấp nhân tạo cho anh ấy. 醫生給他做CPR。
cầm máu 止血	Anh bị chảy máu nhiều quá, phải lập tức băng bó cầm máu lại. 他流太多血了，要立即止血。

3 Nhân viên cứu hộ 救護人員

Từ vựng 詞彙	Câu ngắn thường dùng 常用短句
bác sĩ 醫生	Bố tôi là bác sĩ. 我爸爸是醫生。
bác sĩ trực ban 值班醫生	Tôi muốn gặp bác sĩ trực ban. 我想找值班醫生。
y tá 護士	Y tá ở bệnh viện này thái độ rất nhiệt tình chu đáo. 在醫院的護士態度很熱情。
viện trưởng 院長	Tôi muốn gặp viện trưởng. 我想找院長。

Từ vựng 詞彙	Câu ngắn thường dùng 常用短句
tình nguyện viên 志工	Nếu anh có gì không hiểu thì xin hãy nhờ sự giúp đỡ của tình nguyện viên. 如果您有不清楚的地方可以找志工。
nhân viên cứu hộ 救護員	Bể bơi khách sạn đều có nhân viên cứu hộ. 飯店的游泳池都有救護員。

Luyện tập | 練習

1. Chọn đáp án đúng. 選出正確答案。

① xe cứu thương

    A. 警車　　　　B. 救護車　　　　C. 摩托車

② cặp nhiệt độ

    A. 聽診器　　　B. 輪椅　　　　C. 體溫計

③ bác sĩ

    A. 醫生　　　　B. 護士　　　　C. 救護員

④ số điện thoại khẩn cấp

    A. 醫用口罩　　B. 值班醫生　　C. 緊急電話

⑤ giường bệnh

    A. 病床　　　　B.護士　　　　C. 志工

2. Chọn và nối đáp án chính xác. 選出與連接正確答案。

① bác sĩ ●   ● A. 輪椅

② y tá ●   ● B. 救護車

③ xe cứu thương ●   ● C. 護士

④ giường bệnh ●   ● D. 病床

⑤ xe lăn ●   ● E. 醫生

MP3

Sơ đồ tư duy | 心智圖

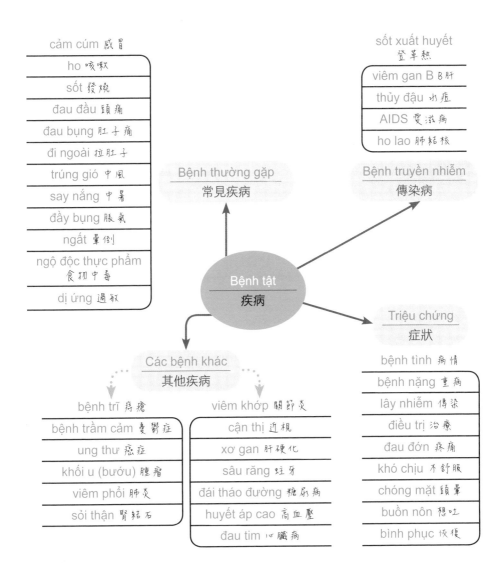

cảm cúm 感冒
ho 咳嗽
sốt 發燒
đau đầu 頭痛
đau bụng 肚子痛
đi ngoài 拉肚子
trúng gió 中風
say nắng 中暑
đầy bụng 脹氣
ngất 暈倒
ngộ độc thực phẩm 食物中毒
dị ứng 過敏

Bệnh thường gặp
常見疾病

sốt xuất huyết 登革熱
viêm gan B B肝
thủy đậu 水痘
AIDS 愛滋病
ho lao 肺結核

Bệnh truyền nhiễm
傳染病

Bệnh tật
疾病

Triệu chứng
症狀

Các bệnh khác
其他疾病

bệnh trĩ 痔瘡
bệnh trầm cảm 憂鬱症
ung thư 癌症
khối u (bướu) 腫瘤
viêm phổi 肺炎
sỏi thận 腎結石

viêm khớp 關節炎
cận thị 近視
xơ gan 肝硬化
sâu răng 蛀牙
đái tháo đường 糖尿病
huyết áp cao 高血壓
đau tim 心臟病

bệnh tình 病情
bệnh nặng 重病
lây nhiễm 傳染
điều trị 治療
đau đớn 疼痛
khó chịu 不舒服
chóng mặt 頭暈
buồn nôn 想吐
bình phục 恢復

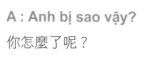

Hội thoại | 會話

A : Anh bị sao vậy?

你怎麼了呢？

B : Tôi tự nhiên thấy đau đầu và buồn nôn.

我突然頭痛跟想吐。

A : Anh thấy khó chịu lắm không?

你覺得很不舒服嗎？

A : Chết rồi. Hay là anh bị ngộ độc thức ăn, để tôi gọi xe cấp cứu giúp anh.

慘了，還是你食物中毒了？我幫你叫救護車。

Từ vựng và câu ngắn thường dùng | 詞彙與常用短句

1 Bệnh thường gặp 常見疾病

Từ vựng 詞彙	Câu ngắn thường dùng 常用短句
cảm cúm 感冒	Tôi bị cảm cúm rồi. 我感冒了。
ho 咳嗽	Tôi bị ho. 我咳嗽。
sốt 發燒	Cháu bé bị sốt cao quá. 小朋友發高燒。
đau đầu 頭痛	Nếu bị đau đầu thì anh hãy nghỉ ngơi một chút. 如果你頭痛可以休息一下。

MP3

Từ vựng 詞彙	Câu ngắn thường dùng 常用短句
đau bụng 肚子痛	Tôi tự nhiên thấy đau bụng quá. 我突然肚子好痛。
đi ngoài 拉肚子	Có lẽ do ngộ độc thực phẩm nên tôi bị đi ngoài. 也許因為食物中毒，所以我才拉肚子。
trúng gió 中風	Hình như bà ấy bị trúng gió. 那位阿嬤好像中風了。
say nắng 中暑	Hôm nay trời nắng rất to, em ra ngoài cẩn thận kẻo say nắng nhé. 今天太陽很大，你出門小心中暑哦。
đầy bụng 脹氣	Tôi rất dễ bị đầy bụng. 我很容易脹氣。
ngất 暈倒	Cô ấy bị ngất rồi. 她暈倒了。
ngộ độc thực phẩm 食物中毒	Ngộ độc thực phẩm có thể do ăn phải thức ăn ôi thiu. 食物中毒有可能是吃到不新鮮的食物。
dị ứng 過敏	Tôi bị dị ứng với hải sản. 我對海鮮過敏。

2 Bệnh truyền nhiễm 傳染病

Từ vựng 詞彙	Câu ngắn thường dùng 常用短句
sốt xuất huyết 登革熱	Muỗi là nguyên nhân gây ra dịch sốt xuất huyết. 蚊子是引起登革熱的原因。
viêm gan B B肝	Viêm gan B là bệnh có thể bị lây nhiễm. B 肝是傳染病。
thủy đậu 水痘	Hồi nhỏ tôi bị mắc bệnh thủy đậu. 小時候我有感染過水痘。
AIDS 愛滋病	AIDS là căn bệnh vô cùng nguy hiểm. 愛滋病超級危險。

Từ vựng 詞彙	Câu ngắn thường dùng 常用短句
ho lao 肺結核	Ông ấy bị mắc bệnh ho lao. 他得了肺結核。

3　Các bệnh khác 其他疾病

Từ vựng 詞彙	Câu ngắn thường dùng 常用短句
bệnh trĩ 痔瘡	Bệnh trĩ rất khó điều trị. 痔瘡很難治療。
bệnh trầm cảm 憂鬱症	Phụ nữ sau sinh thường bị bệnh trầm cảm. 婦女產後常會得憂鬱症。
ung thư 癌症	Cô ấy rất buồn khi phát hiện bị ung thư vú. 她發現得了乳癌就很難過。
khối u (bướu) 腫瘤	Chị phải đi kiểm tra xem là khối u (bướu) lành hay u ác. 你要去檢查看看是良性還是惡性的腫瘤。
viêm phổi 肺炎	Viêm phổi là bệnh thường gặp. 肺炎是常見的疾病。
sỏi thận 腎結石	Sỏi thận là một trong những nguyên nhân phổ biến dẫn đến suy thận. 腎結石是腎功能衰竭的常見原因之一。
viêm khớp 關節炎	Rất nhiều người cao tuổi gặp phải vấn đề về viêm khớp. 很多老人遇到關節炎的困擾。
cận thị 近視	Anh trai tôi bị cận thị từ hồi nhỏ. 我哥哥從小就近視了。
xơ gan 肝硬化	Bác sĩ chẩn đoán tôi bị xơ gan. 醫生診斷我肝硬化。
sâu răng 蛀牙	Ăn kẹo mà không đánh răng thì rất dễ bị sâu răng. 吃糖果不刷牙很容易蛀牙。
đái tháo đường 糖尿病	Đái tháo đường là bệnh di truyền. 糖尿病是遺傳疾病。

Từ vựng 詞彙	Câu ngắn thường dùng 常用短句
huyết áp cao 高血壓	Người bị huyết áp cao nên chú trọng thói quen ăn uống. 高血壓的人要注重飲食習慣。
đau tim 心臟病	Đừng để ông ấy nổi giận vì ông ấy bị bệnh đau tim. 別讓他生氣，因為他有心臟病。

4 Triệu chứng 症狀

Từ vựng 詞彙	Câu ngắn thường dùng 常用短句
bệnh tình 病情	Bệnh tình của chị ấy thế nào rồi? 她的病情如何？
bệnh nặng 重病	Cô ấy bị bệnh nặng. 她得了重病。
lây nhiễm 傳染	HIV có thể bị lây nhiễm qua đường máu. HIV 可以透過血液傳染。
điều trị 治療	Tôi phải nằm viện điều trị một tuần. 我要住院治療一個禮拜。
đau đớn 疼痛	Bệnh nhân luôn phải chịu đau đớn sau khi phẫu thuật. 患者手術之後都要受到疼痛。
khó chịu 不舒服	Anh cảm thấy khó chịu chỗ nào? 你覺得那裡不舒服？
chóng mặt 頭暈	Ngồi xe khách khiến tôi bị chóng mặt. 做客運讓我頭暈。
buồn nôn 想吐	Phụ nữ khi mang thai thường hay buồn nôn. 女生懷孕的時候常想吐。
bình phục 恢復	Anh ấy bình phục rất nhanh. 他恢復得很快。

Luyện tập | 練習

1. Thay thế.

請使用右邊的詞彙替換句子畫線的地方，並且唸出完整句子。

- Tôi bị <u>cảm cúm</u>.

> ⇥ ho
>
> ⇥ ung thư
>
> ⇥ chóng mặt
>
> ⇥ viêm khớp
>
> ⇥ sỏi thận
>
> ⇥ đái tháo đường

2. Chọn đáp án đúng. 選出正確答案。

① cảm cúm

     A. 暈倒   B. 頭痛   C. 感冒

② ngộ độc thực phẩm

     A. 食物中毒   B. 蛀牙   C. 拉肚子

③ AIDS

     A. 肺結核   B. 愛滋病   C. 登革熱

④ đái tháo đường

     A. 心臟病   B. 高血壓   C. 糖尿病

⑤ điều trị

     A. 治療   B. 恢復   C. 症狀

3. Chọn và nối đáp án chính xác. 選出與連接正確答案。

① ho ●   ● A. 暈倒

② say nắng ●   ● B. 癌症

③ ngất ●   ● C. 咳嗽

④ cận thị ●   ● D. 中暑

⑤ ung thư ●   ● E. 近視

3：①C、②D、③A、④E、⑤B
2：①C、②A、③B、④C、⑤A
答案：

Các loại thuốc
藥品

Sơ đồ tư duy │ 心智圖

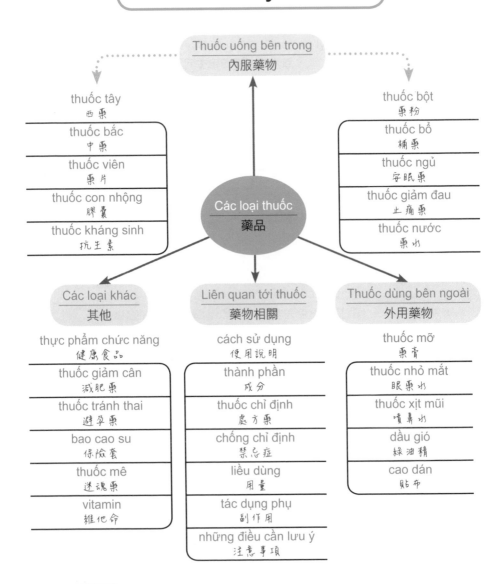

Thuốc uống bên trong
內服藥物

thuốc tây
西藥

thuốc bắc
中藥

thuốc viên
藥片

thuốc con nhộng
膠囊

thuốc kháng sinh
抗生素

thuốc bột
藥粉

thuốc bổ
補藥

thuốc ngủ
安眠藥

thuốc giảm đau
止痛藥

thuốc nước
藥水

Các loại thuốc
藥品

Các loại khác
其他

thực phẩm chức năng
健康食品

thuốc giảm cân
減肥藥

thuốc tránh thai
避孕藥

bao cao su
保險套

thuốc mê
迷魂藥

vitamin
維他命

Liên quan tới thuốc
藥物相關

cách sử dụng
使用說明

thành phần
成分

thuốc chỉ định
處方藥

chống chỉ định
禁忌症

liều dùng
用量

tác dụng phụ
副作用

những điều cần lưu ý
注意事項

Thuốc dùng bên ngoài
外用藥物

thuốc mỡ
藥膏

thuốc nhỏ mắt
眼藥水

thuốc xịt mũi
噴鼻水

dầu gió
綠油精

cao dán
貼布

MP3

Hội thoại | 會話

A : Mấy hôm nay thấy em bị ho quá, em đi khám bác sĩ chưa?
你這幾天一直咳嗽，去看醫生了嗎？

B : Em có đi khám rồi, bác sĩ cũng có cắt thuốc cho em uống, chắc một hai hôm nữa là khỏi thôi.
我有去看了。醫生開藥給我吃，也許過一兩天就會好了。

A : Vậy thì tốt rồi. Em nhớ giữ gìn sức khỏe nhé.
那就好。你記得保重身體哦！

B : Cám ơn chị đã quan tâm em.
謝謝你關心我。

Từ vựng và câu ngắn thường dùng | 詞彙與常用短句

1 Thuốc uống bên trong 內服藥物

Từ vựng 詞彙	Câu ngắn thường dùng 常用短句
thuốc tây 西藥	Không nên lạm dụng thuốc tây. 不要濫用西藥。
thuốc bắc 中藥	Tôi rất sợ uống thuốc bắc. 我很怕吃中藥。
thuốc viên 藥片	Thuốc viên có rất nhiều loại màu sắc. 藥片有很多種顏色。

單元六 ▶▶ 藥品　335

Từ vựng 詞彙	Câu ngắn thường dùng 常用短句
thuốc con nhộng 膠囊	Loại thuốc mà tôi đang uống là thuốc con nhộng. 我在吃的那種藥是膠囊。
thuốc kháng sinh 抗生素	Thuốc kháng sinh không phải loại thuốc có thể chữa bách bệnh. 抗生素不是可以治百病的藥。
thuốc bột 藥粉	Thuốc bột rất khó uống. 藥粉很難吃。
thuốc bổ 補藥	Mẹ hay mua thuốc bổ cho tôi uống. 媽媽常買補藥給我吃。
thuốc ngủ 安眠藥	Dạo này tôi bị mất ngủ nên buộc phải dùng thuốc ngủ. 最近我睡眠不好所以必須吃安眠藥。
thuốc giảm đau 止痛藥	Bác sĩ cho tôi dùng thuốc giảm đau. 醫生給我止痛藥。
thuốc nước 藥水	Anh dùng thử loại thuốc nước này xem sao. 你用這個藥水看看。

2 Thuốc dùng bên ngoài 外用藥物

Từ vựng 詞彙	Câu ngắn thường dùng 常用短句
thuốc mỡ 藥膏	Mua giúp tôi thuốc mỡ được không? 你幫我買藥膏好不好？
thuốc nhỏ mắt 眼藥水	Xin hỏi loại thuốc nhỏ mắt nào tốt nhất? 請問哪種眼藥水最好？
thuốc xịt mũi 噴鼻水	Tôi bị nghẹt mũi rồi, cần phải dùng thuốc xịt mũi. 我鼻子塞住了，需要用噴鼻水。
dầu gió 綠油精	Anh bị nhức đầu hả? Anh có muốn dùng dầu gió không? 你頭痛嗎？你想用綠油精嗎？

Từ vựng 詞彙	Câu ngắn thường dùng 常用短句
cao dán 貼布	Lưng tôi đau quá, phải dùng miếng cao dán lưng. 我背部好痛，要用貼布。

3 Các loại khác 其他

Từ vựng 詞彙	Câu ngắn thường dùng 常用短句
thực phẩm chức năng 健康食品	Thực phẩm chức năng có ích cho sức khỏe. 健康食品對身體健康有幫助。
thuốc giảm cân 減肥藥	Vì béo quá nên cô ấy phải dùng thuốc giảm cân. 因為太胖所以她需要吃減肥藥。
thuốc tránh thai 避孕藥	Cần chú ý khi sử dụng thuốc tránh thai. 使用避孕藥要注意。
bao cao su 保險套	Sử dụng bao cao su là biện pháp tránh thai an toàn. 使用保險套是安全的避孕方式。
thuốc mê 迷魂藥	Kẻ xấu thường bỏ thuốc mê vào trong rượu. 壞人常把迷魂藥加在酒裡面。
vitamin 維他命	Hoa quả có chứa rất nhiều vitamin. 水果含有很多維他命。

4 Liên quan tới thuốc 藥物相關

Từ vựng 詞彙	Câu ngắn thường dùng 常用短句
cách sử dụng 使用說明	Bạn nên đọc kỹ cách sử dụng trước khi dùng. 使用之前你要仔細看使用說明。
thành phần 成分	Thành phần chính của coca là nước. 可樂的主要成分是水。
thuốc chỉ định 處方藥	Đây là thuốc chỉ định dành cho người đau đầu. 這是頭痛患者的處方藥。

Từ vựng 詞彙	Câu ngắn thường dùng 常用短句
chống chỉ định 禁忌症	Có một số thuốc bị chống chỉ định và một số thuốc phải được dùng thận trọng trong điều trị sốt xuất huyết. 某些禁忌症的藥物在治療登革熱時必須謹慎使用。
liều dùng 用量	Liều dùng của thuốc là một ngày 2 viên. 藥的用量是一天兩顆。
tác dụng phụ 副作用	Thuốc giảm cân có rất nhiều tác dụng phụ. 減肥藥有很多副作用。
những điều cần lưu ý 注意事項	Đây là những điều cần lưu ý trước khi ký hợp đồng. 這是簽合約之前的注意事項。

Luyện tập │ 練習

1. Thay thế.

請使用右邊的詞彙替換句子畫線的地方，並且唸出完整句子。

● Tôi muốn mua <u>thuốc bổ</u>.

⠀⠀⠀⠀⠀⠀⠀»»» thuốc giảm đau

⠀⠀⠀⠀⠀⠀⠀»»» thuốc nhỏ

⠀⠀⠀⠀⠀⠀⠀»»» mắt

⠀⠀⠀⠀⠀⠀⠀»»» dầu gió

⠀⠀⠀⠀⠀⠀⠀»»» cao dán

⠀⠀⠀⠀⠀⠀⠀»»» thuốc giảm cân

⠀⠀⠀⠀⠀⠀⠀»»» thuốc tránh thai

2. Chọn đáp án đúng. 選出正確答案。

① 西藥

    A. thuốc bắc   B. thuốc tây   C. thuốc bột

② 抗生素

    A. thuốc kháng sinh   B. thực phẩm chức năng   C. viên thuốc con nhộng

③ 綠油精

    A.thuốc mỡ   B. tinh dầu   C. dầu gió

④ bao cao su

    A. 減肥藥   B. 避孕藥   C. 保險套

⑤ thành phần

    A. 成分   B. 用法   C. 使用說明

3. Chọn và nối đáp án chính xác. 選出並連接正確答案。

① thuốc giảm đau   ●   ● A. 抗生素

② thuốc nhỏ mắt   ●   ● B. 眼藥水

③ thuốc giảm cân   ●   ● C. 避孕藥

④ thuốc kháng sinh   ●   ● D. 止痛藥

⑤ thuốc tránh thai   ●   ● E. 減肥藥

2：①D、②B、③E、④A、⑤C
1：①B、②A、③C、④C、⑤A
答案：

附錄1

Các tỉnh và thành phố của Việt Nam
越南地圖及各省市名稱

越南地圖（各省市的分布）

| A. Vĩnh Phúc 永福省 |
| B. Thủ đô Hà Nội 河內市（首都） |
| C. Bắc Ninh 北寧省 |
| D. Hải Dương 海洋省 |
| E. Hà Tây 河西省 |
| F. Hưng Yên 興安省 |
| G. Hà Nam 河南省 |
| H. Ninh Bình 寧平省 |

| I. Thành phố Hồ Chí Minh 胡志明市 |
| J. Tiên Giang 前江省 |
| K. Vĩnh Long 永隆省 |
| L. Thành phố Cần Thơ 芹苴市 |
| M. Hậu Giang 後江省 |

Các tỉnh và thành phố của Việt Nam 越南各省市名稱

序號	省／市	越文名稱	中文名稱
1.		Hà Nội (thủ đô)	河內市（首都）
2.		Hồ Chí Minh	胡志明市
3.	thành phố	Đà Nẵng	峴港市
4.		Hải Phòng	海防市
5.		Cần Thơ	芹苴市
6.		An Giang	安江省
7.		Bà Rịa – Vũng Tàu	巴地-頭頓省
8.		Bạc Liêu	薄遼省
9.		Bắc Kạn	北干省
10.		Bắc Giang	北江省
11.		Bắc Ninh	北寧省
12.		Bến Tre	檳椥省
13.		Bình Dương	平陽省
14.		Bình Định	平定省
15.	tỉnh	Bình Phước	平福省
16.		Bình Thuận	平順省
17.		Cà Mau	金甌省
18.		Cao Bằng	高平省
19.		Đắk Lắk	得樂省
20.		Đắk Nông	得農省
21.		Đồng Nai	同奈省
22.		Đồng Tháp	同塔省
23.		Điện Biên	奠邊省

序號	省／市	越文名稱	中文名稱
24.		Gia Lai	嘉萊省
25.		Hà Giang	河江省
26.		Hà Nam	河南省
27.		Hà Tĩnh	河靜省
28.		Hải Dương	海洋省
29.		Hòa Bình	和平省
30.		Hậu Giang	侯江省
31.		Hưng Yên	興安省
32.		Khánh Hòa	慶和省
33.		Kiên An	堅安省
34.		Kon tum	昆篙省
35.	tỉnh	Lai Châu	萊州省
36.		Lào Cai	老街省
37.		Lạng Sơn	涼山省
38.		Lâm Đồng	林同省
39.		Long An	隆安省
40.		Nam Định	南定省
41.		Nghệ An	義安省
42.		Ninh Bình	寧平省
43.		Ninh Thuận	寧順省
44.		Phú Thọ	福壽省
45.		Phú Yên	福安省

序號	省／市	越文名稱	中文名稱
46.		Quảng Bình	廣平省
47.		Quảng Nam	廣南省
48.		Quảng Ngãi	廣義省
49.		Quảng Ninh	廣寧省
50.		Quảng Trị	廣治省
51.		Sóc Trăng	朔莊省
52.		Sơn La	山羅省
53.		Tây Ninh	西寧省
54.		Thái Bình	太平省
55.	tỉnh	Thái Nguyên	太原省
56.		Thanh Hóa	清華省
57.		Thừa Thiên Huế	承天-順化
58.		Hậu Giang	後江省
59.		Trà Vinh	茶榮省
60.		Tuyên Quang	宣光省
61.		Vĩnh Long	永隆省
62.		Vĩnh Phúc	永福省
63.		Yên Bái	安沛省

Những câu nói hót của giới trẻ Việt
越南年輕人最流行的日常用語

序號	越文	表達的意思
1	Mình thích thì mình làm thôi	表示喜歡做什麼就做什麼
2	Thần linh ơi!	對某些事情覺得很驚訝
3	Cạn lời!	不知道能說什麼或不想再說話的意思
4	Chúng ta không thuộc về nhau	表示想法不同
5	Thả thính	用來指一些人在沒有任何感情的基礎下，故意勾引、媚惑他人的壞勾當
6	Thích thì nhích	鼓勵對方如果已經喜歡就下定決心
7	Em ơi đi trốn với anh	用來表達想跟女生去約會
8	Tôi quá mệt mỏi rồi.	表示對某些事情沒有信心了
9	Thật không thể tin nổi	對某些人事物太驚訝
10	Diễn sâu	表示太過於表現自己
11	Soái ca	表示帥氣的男生
12	Không phải dạng vừa đâu	表示某人很厲害但不表現出來
13	Trên đời này cái quái gì cũng có thể xảy ra	對某些已經發生的事情不滿
14	Hay mình bất chấp hết yêu nhau đi.	用來表白愛情的話

序號	越文	表達的意思
15	Em chỉ cần... thế giới để anh lo	男生對女生說的話，表示大男人的格局
16	Đắng lòng	表示對某些事情難過
17	Anh không đòi quà	沒有跟對方要求財產
18	Chuẩn cơm mẹ nấu	表示很正確
19	Chém gió	吹牛、說假話、嘴炮、講屁話、撒謊
20	Khổ quen rồi, sướng không chịu nổi	指對某些事情已經習慣了
21	Hóng	指喜歡八卦的人
22	Vô đối	指沒有對手，很厲害的人
23	Ngu vật vã	指很笨的人
24	Bó tay	沒辦法
25	Gấu	指另一半的意思
26	Quẩy	指進行娛樂活動，或是在不顧周圍環境的影響下披露對方的本質
27	Trẻ trâu	指那些頭腦簡單、四肢發達、狂妄自大又愛出風頭的青少年
28	Tự sướng	指自拍或自己一個人做的意思
29	Đọc xong mới biết mình quá...gà..	看完才知道自己很……傻
30	Sao phải xoắn	沒問題、不用想太多
31	Cười không nhặt được mồm.	指超級好笑
32	Bánh bèo	指那些依賴性很強、過於柔弱、不堪一擊、嬌生慣養的女孩子
33	GATO	形容嫉妒他人的榮華富貴的縮寫

序號	越文	表達的意思
34	Bão	指為了慶祝勝利或是賽車而引發的大量交通工具聚集
35	Ế	指還沒結婚或沒有對象的男女
36	Gà	用來指遊戲或是工作中表現不佳的人，也用來指笨蛋、傻瓜
37	Chuối	指很不怎麼樣的事情
38	Khoai	指很困難的事情
39	Vãi	指很驚訝、無法想象
40	Cá sấu	指很醜的女生，跟「恐龍妹」一樣的意思
41	Áo mưa	年輕人形容是保險套
42	Chịu	沒辦法、放棄
43	Màn hình phẳng	指胸部很小的女生
44	Giải ngố	去玩、見朋友、吃喝玩樂
45	Cẩu tặc	指偷抓狗的人
46	Câu giờ	指常常把時間拉長的人
47	Cao su giờ	指常常遲到、不準時的人
48	Mắt để lên trán	指走路沒有看路的人
49	Cùi bắp	指不怎樣的東西
50	Sư tử Hà Đông	指很兇猛的女人
51	Tán gái	指搭訕女生
53	Bồ nhí	暗示小三
53	Chảnh chó	指很高調、很賤的女生
54	Đầu đất	指沒有頭腦、很笨的人
55	Hại não	暗示看到或想到一些很奇怪的東西

附錄3

Một số tên thường dùng ở Việt Nam
越南人常用姓名

AN	安	CHẤN	震	DŨNG	勇
ANH	英	CHÂU	周	DUY	維
Á	亞	CHÂU	朱	DUYÊN	緣
ÁNH	映	CHI	芝	DƯ	余
ÁI	愛	CHÍ	志	DỤ	裕
ẢNH	影	CHIẾN	戰	DỰ	鈺
ÂN	恩	CHIỀU	沼	DƯƠNG	羊
ẤN	印	CHINH	征	DƯƠNG	楊
ÂU DƯƠNG	歐陽	CHÍNH	正	DƯỠNG	養
ẨN	隱	CHỈNH	整	ĐẠI	大
BA	波	CHUẨN	準	ĐÀO	桃
BÁ	伯	CHƯƠNG	章	ĐAN	丹
BÀNH	彭	CHỦNG	種	ĐAM	擔
BÁCH	百	CHUNG	終	ĐÀM	談
BAO	包	CÔNG	公	ĐẢM	擔
BẠCH	白	CÚC	菊	ĐẠM	淡
BẢO	寶	CHÚNG	眾	ĐẠT	達
BẮC	北	CƯỜNG	強	ĐẮC	得
BẰNG	馮	CỬU	九	ĐĂNG	登
BÉ	閉	DANH	名	ĐĂNG	燈
BÍCH	碧	DẠ	夜	ĐẶNG	鄧
BIÊN	邊	DIỄM	艷	ĐÍCH	嫡
BÌNH	平	DIỆP	葉	ĐỊCH	狄
BÍNH	柄	DIỆU	妙	ĐINH	丁
BÓI	貝	DOANH	嬴	ĐÌNH	庭
BÙI	裴	DU	游	ĐỊNH	定
CÁT	吉	DỤ	瑜	ĐIỀM	恬
CAO	高	DOÃN	尹	ĐIỀN	田
CẢNH	景	DỤC	育	ĐIỆN	電
CHÁNH	正	DUNG	蓉	ĐIỆP	碟

ĐOAN	端	HOÀI	懷	LA	羅
ĐÔ	都	HOAN	歡	LÃ、LỮ	呂
ĐỖ	杜	HOÁN	奐	LẠC	樂
ĐÔN	敦	HOẠN	宦	LẠI	賴
ĐỒNG	童	HOÀN	環	LAM	藍
ĐỨC	得	HOẮC	霍	LAN	蘭
GẤM	錦	HOÀNG，HUỲNH	黃	LÀNH	令
GIA	嘉			LÃNH	領
GIANG	江	HỒ	胡	LẬP	立
GIAO	交	HỒNG	紅、洪 鴻、宏	LÂM	林
GIÁP	甲			LIÊN	蓮
QUAN	關	HỢP	合	LÊ	黎
HÀ	何、河 荷、和	HỔ	虎	LỆ	麗
		HỢI	亥	LỄ	禮
HẠ	夏、賀	HUÂN	勛	LINH	泠
HẢI	海	HUỆ	慧	LUÂN	倫
HÀN	韓	HUÁN	訓	LIỄU	柳
HẠNH	幸	HÙNG	雄	LOAN	灣、鸞
HÀO	豪	HUY	輝	LỘC	鹿、錄
HẢO	好	HUYỀN	玄	LONG	龍、隆
HẠO	昊	HUỲNH	黃	LÔI	雷
HẰNG	姮	HUYNH	兄	LỖ	魯
HÂN	欣	HỨA	許	LIỆT	列
HÀU	侯	HƯNG	興	LUYỆN	練習
HẬU	后	HƯƠNG	香	LỤC	陸
HIÊN	萱	HỮU	友	LỰC	力
HIỀN	賢	KIM	金	LƯU	劉
HIỆN	現	KIỀU	翹	LƯƠNG	梁
HIỂN	顯	KIỆT	杰	LY	莉
HIỆP	俠	KHA	柯	LÝ	李
HIẾU	孝	KHANG	康	MÃ	馬
HINH	馨	KHẢI	凱	MAI	梅
HOA	花	KHÁNH	慶	MẠNH	孟
HÒA	和	KHOA	科	MỊCH	冪
HÓA	華	KHÔI	魁	MINH	明
HÓA	化	KHUẤT	屈	MY	嵋
HỎA	火	KHƯƠNG	姜	MỸ	美
HỌC	學	KHUÊ	圭	NAM	男
HOẠCH	獲	KỶ	淇	NHẬT	日

NHÂN	仁	TÁN	晉	TƯ	胥
NHI	兒	TĂNG	曾	TRANG	莊
NHIÊN	然	THÁI	泰	TRÂM	簪
NHƯ	如	THANH	青	TRẦN	陳
NINH	寧	THÀNH	城	TRÍ	智
NGÂN	銀	THẠNH	盛	TRINH	貞
NGỌC	玉	THẢO	草	TRỊNH	鄭
NGÔ	吳	THẮNG	勝	TRIỂN	展
NGỘ	悟	THẾ	勢	TRUNG	忠
NGUYÊN	原	THI	詩	TRƯƠNG	張
NGUYỄN	阮	THỊ	氏	TUYỀN	璿
NỮ	女	THIÊM	添	UYÊN	鴛
PHAN	潘	THỊNH	盛	UYỂN	苑
PHẠM	范	THIÊN	天	VĂN	文
PHI	菲	THIỆN	善	VÂN	蕓
PHÍ	費	THIỆU	紹	VÁN	問
PHONG	峰	THOA	釵	VĨ	偉
PHONG	風	THOẠI	話	VINH	榮
PHÚ	富	THỔ	土	VĨNH	永
PHÙ	扶	THUẬN	順	VIẾT	曰
PHƯƠNG	芳	THỦY	水	VIỆT	越
PHÙNG	馮	THÚY	翠	VÕ	武
PHỤNG	鳳	THÙY	垂	VŨ	武
PHƯỢNG	鳳	THỤY	瑞	VŨ	羽
QUANG	光	THU	秋	VƯƠNG	王
QUÁCH	郭	THƯ	書	VƯỢNG	旺
QUÂN	軍	THƯƠNG	商	VI	微
QUỐC	國	TIÊN	仙	VY	薇
QUYÊN	娟	TIẾN	進	Ý	意
QUỲNH	瓊	TÍN	信	YẾN	燕
SANG	瀧	TỊNH	淨	XÂM	浸
SÂM	森	TOÀN	全	XUÂN	春
SÂM	審	TÔ	蘇		
SONG	雙	TÚ	秀		
SƠN	山	TÙNG	松		
TẠ	謝	TUÂN	荀		
TÀI	財	TUẤN	俊		
TÀO	曹	TUYẾT	雪		
TÂN	新	TƯỜNG	祥		

加入晨星

即享『50元 購書優惠券』

——— 回函範例 ———

您的姓名： 晨小星

您購買的書是： 貓戰士

性別： ●男 ○女 ○其他

生日： 1990/1/25

E-Mail： ilovebooks@morning.com.tw

電話／手機： 09××-×××-×××

聯絡地址： 台中 市　西屯 區

工業區30路1號

您喜歡：●文學/小說　●社科/史哲　●設計/生活雜藝　○財經/商管

（可複選）●心理/勵志　○宗教/命理　○科普　　○自然　●寵物

心得分享： 我非常欣賞主角…

本書帶給我的…

"誠摯期待與您在下一本書相遇，讓我們一起在閱讀中尋找樂趣吧！"

國家圖書館出版品預行編目（CIP）資料

用心智圖學越南語／阮怡綀、阮氏碧玉著 . -- 二版.
-- 臺中市：晨星出版有限公司, 2021.03
　　352面；16.5×22.5公分. --（語言學習；16）
ISBN 978-986-5582-10-4（平裝）

1.越南語　2.讀本

803.798　　　　　　　　　　　　　　110001542

語言學習 16

用心智圖學越南語（修訂版）

一張張心智圖，輕鬆記住12大生活情境常用單字

作者	阮怡綒、阮氏碧玉
編輯	余順琪
封面設計	季曉彤
美術編輯	林姿秀

創辦人	陳銘民
發行所	晨星出版有限公司
	407台中市西屯區工業30路1號1樓
	TEL：04-23595820　FAX：04-23550581
	行政院新聞局局版台業字第2500號
法律顧問	陳思成律師
二版	西元2021年03月01日

總經銷	知己圖書股份有限公司
	106台北市大安區辛亥路一段30號9樓
	TEL：02-23672044／02-23672047　FAX：02-23635741
	407台中市西屯區工業30路1號1樓
	TEL：04-23595819　FAX：04-23595493
	E-mail：service@morningstar.com.tw
	網路書店 http://www.morningstar.com. tw
讀者專線	02-23672044／02-23672047
郵政劃撥	15060393（知己圖書股份有限公司）

印刷	上好印刷股份有限公司

定價 399 元

（如書籍有缺頁或破損，請寄回更換）

ISBN：978-986-5582-10-4

Published by Morning Star Publishing Inc.
Printed in Taiwan
All rights reserved.
版權所有・翻印必究